INSIGHT PUBLICA
നവോത്ഥാന പരമ്പര

Nadakkavu, Kozhikode, Kerala
Tel:0495–4020666
www.insightpublica.com
e-mail: insightpublica@gmail.com

Ambalangalkku Thee Koluthuka
VT Bhattathiripadu
(Malayalam)
Anoop Ananthan
Ist Edition: February 2017
This Edition: December 2018

ISBN 978-93-85899-83-6
Published by
Insightinpublica Publishers Pvt. Ltd.
Printed at Repro India Limited, India

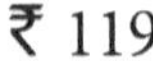 119

അമ്പലങ്ങൾക്ക് തീ കൊളുത്തുക

വി.ടി. ഭട്ടതിരിപ്പാട്

അനൂപ് അനന്തൻ

നവോത്ഥാന പരമ്പര

കോഴിക്കോട് ജില്ലയിൽ ഒഞ്ചിയത്ത് ജനനം. പിതാവ് വി.വി. കുഞ്ഞി അനന്തൻ, മാതാവ് വസന്ത, ഭാര്യ ധന്യ, മകൻ ആനന്ദ്. പത്രപ്രവർത്തകനായി ജോലി ചെയ്യുന്നു.

വിലാസം: കെ.വി. ഹൗസ്, ഒഞ്ചിയം പി.ഒ., 673308

ഇമെയിൽ: anoop5353@gmail.com

അനൂപ് അനന്തൻ

നവോത്ഥാന പരമ്പര

അനീതിയും അസമത്വവും അയിത്തവും അനാചാരവും തളം കെട്ടി നിന്ന, ഭ്രാന്താലയമെന്ന് പേരുകേട്ട കേരളീയ സമൂഹത്തിൽ നവോത്ഥാന കാഹളം മുഴക്കി സമൂഹത്തെ മാറ്റിമറിച്ച നവോത്ഥാന പോരാളികളുടെ ജീവിതവും ഇടപെടലൃകളുമാണ് നവോത്ഥാന പരമ്പരയിൽ സമാഹരിക്കുന്നത്. ശ്രീനാരായണ ഗുരു, ചാവറയച്ചൻ, വക്കം അബ്ദുൽ ഖാദർ മൗലവി, ചട്ടമ്പി സ്വാമികൾ, സഹോദരൻ അയ്യപ്പൻ, വാഗ്ഭടാനന്ദൻ, അയ്യങ്കാളി, വി.ടി. ഭട്ടതിരിപ്പാട്, പി. കൃഷ്ണപിള്ള, ആര്യാപള്ളം തുടങ്ങി പത്ത് പേരാണ് ഈ പരമ്പരയിലുള്ളത്.

ഇത്തരമൊരു സംരംഭത്തിന് അകമഴിഞ്ഞ് പ്രോത്സാഹനമേകിയ സുമനസ്സുകളെ സ്നേഹപൂർവ്വം സ്മരിക്കുന്നു. യഥാസമയം പുസ്തകങ്ങൾ തയ്യാറാക്കി നൽകിയ പ്രിയ എഴുത്തുകാർക്ക് സ്നേഹം.

സുമേഷ് ഇൻസൈറ്റ്

വി.ടി. വെളിച്ചമാകുന്നു

വി.ടി.യെന്നത് വെറും രണ്ടക്ഷരമല്ല,
അത്, വെളിച്ചമാകുന്ന
നവോത്ഥാനത്തിന്റെ
മറ്റൊരു പേരാകുന്നു.
'പാവ'ങ്ങളെ നെഞ്ചോട് ചേർത്ത്
മനുഷ്യരെ തമ്മിലകറ്റിയ ദൈവങ്ങളെ
കുടിയിറക്കി, മാനവികതയെ പ്രതിഷ്ഠിച്ച.
അടുക്കളയിൽ നിന്നും പുറത്തേക്കുള്ള വഴി തുറന്ന
വരും ജന്മത്തിലും മനുഷ്യസ്നേഹിയാവാൻ
കണ്ണീരും കിനാവും പറഞ്ഞ് കടന്നുപോയി.
പോയകാലം ചിക്കി ചികയുമ്പോൾ
വി.ടിയുമുണ്ട്, വഴികാട്ടിയായി.
പുതിയകാലത്തിന്റെ ആസുരതകൾക്കിടയിൽ
ഓർമ്മിക്കേണ്ടതായൊരു കാലത്തിന്റെ
കഥയുമായി. ഇവിടെ, വി.ടി.യെ വീണ്ടും വായിക്കാൻ
ശ്രമിക്കുമ്പോൾ, ഇന്നലകളിലെ ഇരുളും വെളിച്ചവും
അറിയുന്നു. ഒപ്പം, ഇനിയുമെത്രയോ അറിയേണ്ടതുണ്ടെന്ന്
നമ്മളെങ്ങനെ നമ്മളായെന്ന്...
ഓർമ്മപ്പെടുത്തുകയാണ്. ഏറെ സഞ്ചരിക്കാനുണ്ടെന്ന
ബോധ്യപ്പെടലാണുള്ളത്...

അനൂപ് അനന്തൻ

ഉള്ളടക്കം

കണ്ണീർ ബാല്യം

വി.ടിയുടെ ബാല്യം കണ്ണീരിൽ കുതിർന്നതാണ്. ഒരുപക്ഷേ, വി.ടി.യിലെ സാമൂഹിക കാഴ്ചപ്പാട് രൂപപ്പെടുത്തുന്നതിൽ കുട്ടിക്കാലത്തെ അനുഭവങ്ങൾക്കുള്ള പങ്ക് ചെറുതല്ല എന്നുവേണം കരുതാൻ. ആത്മകഥാപരമായ ലേഖനങ്ങളും കുറിപ്പുകളിലുമെല്ലാം ബാല്യത്തിലെ ദുരിതം പങ്കുവെക്കുന്നുണ്ട്. കുട്ടിക്കാലത്തുതന്നെ താനുൾപ്പെടുന്ന സമുദായവും ചുറ്റുപാടും അറിയുന്നു, അനുഭവിക്കുന്നു. ഇതിൽ നിന്നും തന്റെ കാഴ്ചപ്പാടുകൾ രൂപപ്പെടുത്തിയെടുത്ത ജീവിതമാണ് വി.ടി.യുടേത്. അമ്പത് വയസ് തികഞ്ഞ വി.ടിയാണ് ഓർമ്മകളിലെ കുട്ടിക്കാലം എഴുതുന്നത്. ആത്മകഥാപരമായ രചനകൾ നിർവഹിക്കുന്നത് ഇക്കാലത്താണ്. അതാകട്ടെ, തികഞ്ഞ സാമൂഹിക പരിഷ്കർത്താവിന്റെ മാനസികാവസ്ഥയിലാണ്. എങ്കിലും കുഞ്ഞുമനസിലെ വേദനകൾ അതേപടി പകർത്തിവെക്കുന്നു.

പതിറ്റാണ്ടുകൾ പിന്നിട്ടിട്ടും തന്നെ വിടാതെ പിൻതുടരുന്ന കണ്ണീർ ബാല്യം മറയില്ലാതെ അവതരിപ്പിക്കുന്നു. ഉദാഹരണങ്ങൾ നിരവധിയാണ്. അമ്മ മടിയിലേറ്റി 'കുട്ടാ ഒന്നുചിരിക്കൂ' എന്ന് ഓമനിച്ചുകൊണ്ട് എന്നെ ചാഞ്ചാടിക്കുന്ന ആസ്വാദ്യങ്ങളായ രംഗങ്ങൾ എന്റെ ജീവിതത്തില്ലുണ്ടായിട്ടില്ല. അത്താഴം ഊട്ടി പൂമുറ്റത്തിറക്കി

പൂനിലാവിലാറാടി നിൽക്കുന്ന അമ്പിളിയമ്മാവനെ ചൂണ്ടികാട്ടി താരാട്ടുപാടി തക്കത്തിൽവറക്കാൻ താതമാതാക്കൾക്ക് തരം കിട്ടിയി ട്ടില്ല. രുചികരങ്ങളായ മധുരദ്രവ്യങ്ങൾ മാറിമാറിത്തിന്നു മനം മടുത്തി ട്ടില്ല. 'തളയും വളയും കിലുങ്ങുമാറിളയിൽ പിച്ച നടന്നു' കാണികളുടെ കണ്ണിനും കരളിനും കളിമ്പമുണ്ടാക്കീട്ടില്ല. പുളിയേർക്കരമുണ്ടും പൊന്നേലസും പൂമുള്ളി പിറന്നവർക്കേ പാട്ടുള്ളവെന്നായിരുന്ന എന്റെ ധാരണ. പണ്ടങ്ങളണിഞ്ഞു ദാസിയുടെ അകമ്പടിയോടെ അമ്പലത്തിലേക്ക തൊഴുവാൻ വരുന്ന സമപ്രായക്കാരെ കണ്ട പലപ്പോഴും ഞാൻ അസൂയപ്പെട്ടിട്ടുണ്ട്. അവർക്ക് അന്തസേറിയ ഇല്ലമുണ്ട്, സ്വാദേറിയ ഭക്ഷണമുണ്ട്, കൗതുകകരങ്ങളായ കളിക്കോ പ്പുകളുണ്ട്. പ്രഭുത്വത്തിന്റെ മടിയിൽ പ്രൗഢിയോടെ ജീവിക്കുന്ന ആ ഭാഗ്യവാന്മാർ എവിടെ? ഉന്മേഷശൂന്യനായി കഴിഞ്ഞുകൂടുന്ന ഞാനെവിടെ? ഉള്ളവനും ഇല്ലാത്തവനും തമ്മിലുള്ള അകൽച്ചയുടെ അലട്ട് ആലോചന ശീലം വന്നതോടെ എന്നെ ശല്യപ്പെടുത്താൻ തുടങ്ങിയിരുന്നു. ഞാനിങ്ങനെ നിസാരനായി ജനിച്ചുപോയല്ലോ എന്ന വ്യസനം എന്നെ ഒരിക്കലും വിട്ടുമാറിയിരുന്നില്ല'. വി.ടി. തന്റെ ആത്മകഥയിൽ കുറിച്ചിട്ട ഈ വാക്കുകൾ ആബാല്യം എത്രമാത്രം നിരാശനിറഞ്ഞതായിരുന്നുവെന്ന് വ്യക്തമാക്കുന്നു. വിട്ടുമാറാത്ത ദു:ഖമായി തന്റെ ബാല്യം പിൻ ഇടരുന്നതായി പറഞ്ഞുവെക്കുന്നു.

നമ്പൂതിരി സമൂദായത്തിന്റെ പ്രതാപകാലത്താണ് വി.ടിയുടെ ബാല്യം ഇത്തരം ദുരിതങ്ങളിലൂടെ സഞ്ചരിക്കുന്നത്. മറ്റില്ലങ്ങളിൽ നിന്നും മാറി വി.ടി.യുടെ ഇല്ലത്ത് അസ്വാരസ്യങ്ങൾ നിറഞ്ഞുനിന്ന തായി പറയുന്നു. ഇല്ലത്ത് പിണങ്ങി പിരിയുവാൻ അവസരം സൃഷ്ടി ക്കുന്നവരാണുണ്ടായിരുന്നതെന്നാണ് വി.ടി പറയുന്നത്. കാലത്തി ന്റെ മാറ്റം ഉൾക്കൊള്ളാതെ അനാചാരങ്ങളുടെ പൂരപറമ്പായി തന്റെ ഗൃഹാന്തരീക്ഷം നിലകൊള്ളുന്നതായി അദ്ദേഹം മനസിലാക്കുന്നു. സാമ്പത്തികമായ പിന്നോക്കാവസ്ഥയുടെ കാരണം സുകൃതക്ഷയ മാണെന്നും ഈശ്വരപ്രീതിയല്ലാതെ പരിഹാരമില്ലെന്നായിരുന്ന കുടുംബത്തിന്റെ ധാരണ. അതുകൊണ്ട് തന്നെ, 'ഉണ്ണാനും ഉടുക്കാനും ഉണ്ടാക്കിത്തരണേ, എന്റെ പെരും തൃക്കോവിലപ്പാ എന്ന് പ്രാർത്ഥി ക്കുന്ന അമ്മയും ഭാഗ്യസൂക്തം ചൊല്ലി പണമുണ്ടാക്കാമെന്ന് ചിന്തി ക്കുന്ന അച്ഛനുമാണ് തന്റെതെന്നും വി.ടി. തിരിച്ചറിയുന്നു. ഉരുകിയ നെയ്യും അച്ഛന്റെ മനസും ഒന്നിച്ചാവിയായിപ്പോയതല്ലാതെ ആ

മന്ത്രാച്ചോരണം കൊണ്ട യാതൊരുനേട്ടവുമുണ്ടായതായി എനിക്ക നഭവപ്പെട്ടിട്ടില്ലെന്നാണ് ഇതേ കുറിച്ചുള്ള വിമർശനം. കുട്ടിക്കാലത്തെ ഓരോ അനുഭവവും കുറിച്ചിടുന്നതിലൂടെ ആ കാലഘട്ടത്തിലെ സാമൂ ഹികാവസ്ഥ കൂടി വാക്കുകൾ കൊണ്ട് വരച്ചുവെക്കുകയാണ് വി.ടി.

●

മുരടിച്ചുപോയ കുട്ടിക്കാലം

വി.ടി.യുടെ കുട്ടിക്കാലം രോഗങ്ങളുടെ പിടിയിലായിരുന്നു. ഗ്രഹണി ബാധിതനായിരുന്നു അദ്ദേഹം. തന്റെ കൗതുകകര മായ കൗമാരത്തെ ചിതൽപോലെ കരണ്ടുതിന്നുകയായിരുന്നു ആ മഹാവ്യാധിയെന്ന് വി.ടി. പറയുമായിരുന്നു. ഇത് സമ്മാനിച്ചതാവട്ടെ, കുടവയറും ക്ഷീർത്ത മുഖവും കുഴഞ്ഞ കൈകാലുകളും കൂടിയ വികൃതാകൃ തിയായിരുന്നു. എല്ലാറ്റിനുമുപരി ആചാരങ്ങളിൽ പുളഞ്ഞു കിടക്കുന്ന ഒരു കുടുംബാന്തരീക്ഷമായിരുന്നു. ഔപാസനം, ഗണപതിഹോമം, പൂജ മുതലായ വൈദികക്രിയകൾ പതിവായി നടത്തി. 'ആയുസിന് മൂന്നൂറ്റി മുപ്പത്തിയാറാദിത്യ നമസ്കാരം, നൂറ്റൊന്ന് ഏത്തം, സൽബു ദ്ധിയുണ്ടാക്കുവാൻ പഞ്ചാക്ഷരം ആയിരത്തെട്ട്, സമക്ഷത്ത് നാണം കെടാതിരിപ്പാൻ ദക്ഷിണാമൂർത്തിക്ക് ഒരു നൂറ്റെട്ടനമസ്കാരം വേറെയും. നാലഞ്ചു വയസുമാത്രം പ്രായമുള്ളപ്പോൾ തനിക്കുകിട്ടിയ തേവാര ത്തിന്റെ പട്ടികയാണിത്. എലിക്കുഞ്ഞുപോലെ കൃശനും ബലഹീ നനുമായ എന്റെ ശേഷിയിൽ കവിഞ്ഞതായിരുന്നു ഇതെല്ലാമെന്ന് എടുത്തുപറയേണ്ടതില്ലല്ലോ. കൈകാലുകൾ പിണച്ചുവെച്ച് നിവർന്നും താഴ്ന്നും നിലം മുട്ടികൊണ്ടിടവിടാതെ ചെയ്യുന്ന 'ഏത്തം മുട്ടൽ' വല്ലാത്ത കഠിനശിക്ഷ തന്നെയാണ്'. ഈ വാക്കുകൾ ആചാരങ്ങൾ തന്റെ

കുഞ്ഞുമനസിനെ എത്രമാത്രം വേദനിപ്പിച്ചുവെന്ന് വ്യക്തമാക്കുന്നു. അച്ഛന്റെ മർദനം അതികഠിനമായിരുന്നു. അഞ്ചെട്ട് പുളിവാറൽ മുറിയുംവരെ തല്ലും. മർദിക്കുന്തോറും പൊന്തിവരുന്ന ഒരു പന്താണ് ബാല്യമെന്ന് കരുതിയപിതാവാണ് തന്റെതെന്നാണ് വി.ടി.യുടെ കുറ്റപ്പെടുത്തൽ. ഈ ശാസനാസമ്പ്രദായം വി.ടിയെ അച്ഛന്റെ ശത്രു വാക്കി മാറ്റി. പ്രതികാരവേശം നിമിത്തം അന്യനറിയാതെ പിന്നിൽ നിന്നും കൊഞ്ഞനം കുത്തി. അച്ഛൻ ഒരിക്കല്യം തിരിച്ചവരരുതേ എന്ന് ദൈവത്തിന് മുൻപിൽ പ്രാർത്ഥിച്ചു. ഇതിനിടയിൽ ആശ്വാസം അമ്മ മാത്രമായിരുന്നു. ആശ്വാസത്തിന്റെ കരസ്പർശവുമായാണ് അമ്മ തന്റെ മുൻപിൽ വരാറുള്ളതെന്ന് വി.ടി.പറയുന്നു.

●

ഇല്ലായ്മയുടെ ഇല്ലം

അന്നത്തെ മറ്റ് നമ്പൂതിരി ഗൃഹത്തിൽ നിന്നും തീർത്തും വ്യത്യസ്തമായിരുന്ന വി.ടി.യുടെ ഇല്ലം. ഓണം, വിഷു, തിരുവാതിര, പിറന്നാൾ തുടങ്ങിയ വാർഷിക വിശേഷങ്ങളല്ലാതെ ആഘോഷങ്ങളൊന്നും ഇല്ലത്തുണ്ടായിരുന്നില്ല. പിന്നെ, തന്റെ ജന്മദേശമായ മേഴത്തൂർ ഗ്രാമത്തിൽ തന്നെ ഉറക്കം തൂങ്ങി സ്ഥിതി ചെയ്യുന്ന ചെറുഭവനമാണ് തന്റെ പുരാതന കുടുംബമെന്ന് വി.ടി. എഴുതുന്നു. നാട്ടിലെ ഭൂമി മുഴുവൻ ഒന്നുകിൽ ബ്രഹ്മസ്വത്തിന്റെ അല്ലെങ്കിൽ നമ്പൂതിരിമാർ കൈകാര്യം ചെയ്യുവന്ന ദേവസ്വങ്ങളുടേതാണ്. അവരുടെ അടിയായ്മയോ കുടിയായ്മയോ അവകാശപ്പെടാനില്ലെങ്കിൽ അതൊരുപേരായ്മയായി കരുതിയിരുന്ന നമ്പൂതിരി കുടുംബങ്ങളാണുണ്ടായിരുന്നത്. ഇതിനിടയിൽ നാടാകെ മാറി തുടങ്ങിയിരുന്നു. ആ മാറ്റം കണ്ടില്ലെന്ന് നടിക്കാനാണ് നമ്പൂതിരിമാർ പൊതുവെ ശ്രമിച്ചത്. 'യുഗപരിവർത്തനത്തിന്റെ പുലരിക്കോഴി ഇതിനിടയിൽ രണ്ടുവട്ടം കൂകി കഴിഞ്ഞു. ദേശീയപ്രസ്ഥാനത്തിന്റെ ഉദയനാളം കേരളത്തിന്റെ കുന്നിൻ നെറുകയില്ലം കുങ്കുമം പൂശി. നായരുണർന്നു. തീയരുണർന്നു. അവശവിഭാഗമെന്ന നിലയിൽ അകറ്റിനിർത്തപ്പെട്ട അടിയാന്മാരും കുടിയാന്മാരും ത്രിവർണപതകയുടെ കീഴിൽ അണിനിരന്നു. ആ ജന

കൂട്ടത്തിൽ നമ്പൂതിരിയെ കണ്ടില്ല. അയാൾ പൂമുഖപടിമേൽ അമർ
ന്നിരുന്ന് വീണ്ടും വീണ്ടും മുറുക്കി ഇപ്പി. കുട്ടൻ കേൾക്കുന്നുണ്ടോ? ആ
കാര്യസ്ഥൻ രാമനെ ഒന്നാളയയച്ച വരുത്തണം. കുത്താനളക്കാൻ
പത്തായത്തിൽ നെല്ലില്ല. അരി തീർന്നു. എന്തായാലും ഉണ്ണാതെയും
ഉടുക്കാതെയും കഴിയില്ലല്ലോ? തറവാട്ടമ്മ പുറത്തളത്തിന്റെ
വാതിൽക്കൽ വന്ന് ആവലാതിപ്പെട്ടു. അപ്പോൾ പടിക്കൽ കൂടി ഒരു
ഘോഷയാത്ര കടന്നുപോയി. 'നാട്ടവാഴിത്തം നശിക്കട്ടെ. ജന്മിത്തം
തുലയട്ടെ. അധ്വാനശീലർക്ക് അമൃതേത്ത്, അലസന്മാർക്ക് ഉമിനീര്'
മുദ്രാവാക്യങ്ങളുടെ അനുരണനം അമ്പലമുറ്റത്തെ അരയാലിൻ തളി
രുകളിൽ പ്രകമ്പനമുണ്ടാക്കി' വി.ടി.യുടെ ഈ വാക്കുകൾ അന്നത്തെ
കുടുംബാന്തരീക്ഷത്തിന്റെ ദയനീയത വ്യക്തമാക്കുന്നു. സ്വയം വിമർ
ശനമെന്നോണം വി.ടി. അന്നത്തെ സാഹചര്യം കൂടുതൽ വ്യക്തമാ
ക്കാനായി ഇത്രുകൂടി കുറിച്ച് വെക്കുന്നു. ഈ തിരുമേനി മാർക്കൊക്കെ
എന്താ പ്രവൃത്തി?

'ഉണ്ണുക, ഉറങ്ങുക, ഗർഭമുണ്ടാക്കുക'. നമ്പൂതിരി സ്ത്രീകൾക്കാവട്ടെ
'വെയ്ക്കുക, വിളമ്പുക, പ്രസവിക്കുക'.

●

അമ്മ സ്നേഹ സ്വരൂപം,
അച്ഛൻ ഭീതിയുടേത്

അച്ഛന്റെ മർദനം ഒരിക്കല്യം സഹിക്കാൻ കഴിഞ്ഞില്ല. അതു ണ്ടാക്കിയ വേദന വളരെ വല്യതാണ്. അച്ഛന്റെ തല്ലുകിട്ടുന്ന ദിവസത്തെ ആശ്വാസം അമ്മ പകരുന്ന സ്നേഹമാണ്. 'മൃദുലമായ ഒരു ഹൃദയമായിരുന്ന അമ്മയുടേത്. അവർ പ്രിയംവദയും ദാനശീലയുമാ യിരുന്നു. അതിനാൽ, ആശ്രിതരിൽ നിന്ന് ആദരവും ജനസമ്മിതിയും അമ്മ സമ്പാദിച്ചിട്ടുണ്ട്. ഏതുയാചകനേയും വെറും കൈയോടെ അവർ മടക്കിയച്ചിട്ടില്ല. അമ്മയുമായി ഇടപഴകാനിടവന്ന ആരും മുഖം വീർ പ്പിച്ചു പിരിഞ്ഞുപോയിട്ടില്ല. സാപത്യ്യത്തിൽ പോലും സാമർത്ഥ്യം കാട്ടി സൽപ്പേരുകളഞ്ഞിട്ടില്ല എന്നാണസാരം. വ്യസനിക്കുക എന്നല്ലാതെ കോപിക്കുക എന്നതുണ്ടായിട്ടില്ല. അങ്ങനെ ആ കുടുംബ ബത്തിന്റെ നടുക്ക് പ്രകാശിച്ചിരുന്ന ഒരു ഭദ്രദീപമായിരുന്ന അമ്മ'. വി.ടിക്കുമാത്രമല്ല കുടുംബത്തിനു മുഴുവൻ തന്റെ മാതാവ് ആരായിരു ന്നുവെന്ന് വെളിവാക്കുന്നതാണ് ഈ വിശേഷണം. ഇല്ലായ്മകൾക്കിട യില്യം കൊണ്ടുനടക്കുന്ന കുലമഹിമയുടെ ഭാരം മുഴുവൻ പേറിയത് ഈ സ്ത്രീയായിരുന്നു. അതുകൊണ്ടുതന്നെ സ്ത്രീ അനുഭവിക്കുന്ന വേദനകൾ

വി.ടിയെ കുട്ടിക്കാലം തൊട്ട തന്നെ സ്വാധീനിക്കുന്നതുകാണാം. അത്തരം ചിന്തയിൽ നിന്ന തന്നെയാണ് 'അടുക്കളയിൽ നിന്നും അരങ്ങത്തേക്ക്' എന്ന നാടകത്തിന്റെ രചനയിലേക്ക് നയിക്കുന്നത്. അച്ഛന് ദേഷ്യം വന്നാൽ ഇന്നതേ ചെയ്യൂ എന്നില്ല. അഞ്ചെട്ട് പുളിവാറൽ മുറിയും വരെ മർദിക്കും. കഴുത്തു മുതൽ കണങ്കാൽ വരെ ചോരകക്കി തടിച്ചുവീർത്ത നിരവധി വടിപ്പാടുകളോടെ തന്നെ കണ്ട് നാലിറയത്തെ ഉണ്ണിന് പോലും അലിവ് തോന്നിയിരിക്കണമെന്ന് വി.ടി.എഴുതുന്നു. ഇതിനെല്ലാം നമ്പൂതിരി ഗൃഹത്തിലെ അനാചാരങ്ങളുടെ സംരക്ഷകരായി തീരുന്നത് മുതിർന്ന പുരുഷന്മാരാണെന്ന ബോധം വി.ടിയിലുണ്ടായിരുന്നു. അച്ഛന്റെ ഉച്ഛിഷ്ടം നുള്ളി തിന്നുന്നതിനെ കുറിച്ച് വി.ടി. പറയുന്നുണ്ട്. ഭാര്യമാർ ഭർത്താവിന്റെ ഉച്ഛിഷ്ടം കഴിക്കണമെന്ന നിയമം അന്നുണ്ടായിരുന്നു. ഒരു നമ്പൂതിരിക്ക് ചുരുങ്ങിയത് മൂന്ന് ഭാര്യമാരുണ്ടാകും. ഭർത്താവ് ഉണ്ണുന്ന ഇലയോട് തൊട്ടുവിച്ച് നീട്ടി രണ്ടില കൂടി വെച്ചിരിക്കും. മൂത്ത ആത്തേന്മാർക്ക് ഭർത്താവ് ഉണ്ട ഇലയും മറ്റുള്ളവർക്ക് കൂട്ടി തൊട്ടുവിച്ച ഇലയും നൽകും. വി.ടി.യുടെ കുട്ടിക്കാലത്ത് ഈ പതിവ് തെറ്റിക്കാത്ത മാതാവിനെയാണ് കണ്ടത്. 'അബ്രാഹ്മണോച്ഛിഷ്ടം ബ്രാഹ്മണ നിഷിദ്ധം' എന്ന കർശനമായ നിയമം നിലനിന്നിരുന്നു. അതുകൊണ്ട് ഇല്ലത്തുള്ളവരുടെ ഊണുകഴിഞ്ഞെല്ലാതെ ഏതുമഹാനായാലും അയാൾ ഒരു ബ്രാഹ്മണനാണെങ്കിൽ മനക്കാർ വിളമ്പികൊട്ടുക്കില്ലെന്ന് സാരം. ഇതിനൊക്കെ തന്റെ കുടുംബത്തിൽ നേതൃത്വം വഹിച്ചത് പിതാവായിരുന്നു. ഈകാരണങ്ങൾ കൊണ്ടുതന്നെ എക്കാലത്തും പ്രതിസ്ഥാനത്ത് പിതാവ് നിലകൊള്ളുന്ന മാനസികാവാസ്ഥ വി.ടിയിൽ ഉടലെടുത്തു. ഈ കണ്ണീർ ബാല്യത്തിൽ നിന്നുള്ള മോചനമാണ് വി.ടിയുടെ സ്വപ്നവും പിന്നീട്ടുള്ള പ്രവർത്തനവും.

●

തിയ്യാടി പെൺകുട്ടി പകർന്ന അക്ഷരവെളിച്ചം

വി.ടി. ഇന്ന് നാടറിയുന്ന സാമൂഹിക പരിഷ്കർത്താവാണ്. വേദപഠനം നേരത്തെ നടത്തിയിരുന്നെങ്കിലും ഈ മനുഷ്യൻ ആദ്യാക്ഷരം നുകർന്നത് യുവത്വത്തിലാണ്. ആദ്യമായി അക്ഷരം കൂട്ടിവായിച്ചത് അക്കാലത്തെ പ്രചാരത്തിലുള്ള കുടയുടെ പരസ്യവാചകമാണ്. അതാണ്, 'മാൻമാർക്ക് കുട'. ചെറിയരീ തിയിൽ വേദ പഠനം നടത്തിയെങ്കിലും ഇടരാൻ കഴിഞ്ഞില്ല. പിന്നെ, ക്ഷേത്രത്തിൽ പൂജാവൃത്തികളിൽ മുഴുകി. അപ്പോഴേക്കം വി.ടി.യുടെ മനസ് തന്റെ സമുദായത്തെയും സമൂഹത്തെയും തിരി ച്ചറിഞ്ഞു കഴിഞ്ഞിരുന്നു. ചുറ്റിലും നടക്കുന്ന അനീതികൾ രോഷം കൊള്ളിച്ചു. പക്ഷേ, എല്ലാം മറ നീക്കി പുറത്തുവന്നത് അക്ഷരം ഗ്രഹിച്ചതോടെയാണെന്ന് പറയാം. ഒരു ദിനം വൈകീട്ട് മനോരാ ജ്യത്തിലാണ്ട നിൽക്കുന്ന വി.ടി.ക്ക് മുൻപിൽ തിയ്യാടി നമ്പ്യാരുടെ കൊച്ചുകുട്ടി അളുവഴി വരുന്നു. ചെറിയ പുസ്തക സഞ്ചിയുമായാണ് കുട്ടിയുടെ വരവ്. സഞ്ചിയിൽ നിന്നും പുസ്തകം എടുത്ത് വി.ടി.ക്ക് നേരെ നീട്ടി. കെഞ്ചി. ഈ കണക്കൊന്നു പറഞ്ഞുതരാമോ? ഇത്, ചെയ്യാതിരുന്നാൽ നാളെ ക്ലാസിന് പുറത്തുനിർത്തും. കുനിയനുറുമ്പ്

അരിച്ച പോല്യുള്ള അക്ഷരങ്ങൾ വി.ടി. നോക്കി നിന്നു. അക്ഷരം അറിയില്ലെന്ന് ഈ മീശക്കുത്ത ഞാനെങ്ങനെ ഈ കുട്ടിയോട് പറയുമെന്ന ആശങ്ക അലട്ടി. സ്കൂൾ വിട്ടിട്ടും വീട്ടിലെത്താത്തിനാൽ ശാസിച്ച് കൊണ്ട് പെൺകുട്ടിയുടെ അമ്മ അതുവഴിയെത്തി. അത് കണ്ടയുടൻ നോട്ട് വാങ്ങി കുട്ടി ഓടി മറഞ്ഞു. വി.ടി. താത്കാലിക മായി രക്ഷപ്പെട്ടു. എന്നാൽ, അന്നുരാത്രി വി.ടിക്ക് ഉറക്കം വന്നില്ല. അക്ഷരം പഠിക്കാൻ കഴിയാത്ത ദുഃഖം അലട്ടി. അന്ന് രാത്രി സുപ്രധാ നമായ തീരുമാനം കൈകൊണ്ടു. 'വിജ്ഞാനം നേടിയേ അടങ്ങുവെ ന്നായിരുന്നു' ആ ശപഥം. തൊട്ടടുത്ത ദിവസം തന്നെ പത്തുവയസ് തികയാത്ത ആ പെൺകുട്ടിയുടെ ശിക്ഷ്യത്വം വി.ടി. സ്വീകരിച്ചു. ഒരു സ്ലേറ്റിൽ മലയാള അക്ഷരങ്ങൾ അവൾ എഴുതി നൽകി. എല്ലാവരും ഉറങ്ങി കഴിയുമ്പോൾ അക്ഷരങ്ങൾ പഠിക്കാൻ ആരംഭിച്ചു. അക്കാല ത്താണ്, വീട്ടിൽ ശർക്കര പൊതിഞ്ഞുകൊണ്ടുവന്ന പത്രം കിട്ടുന്നത്. അതുവായിക്കാനായി സൂക്ഷിച്ചവെച്ചു. അങ്ങനെയാണ് 'മാൻ മാർക്ക് കട' എന്ന പരസ്യവാചകം വായിക്കുന്നത്. വി.ടി ഈ സന്ദർഭത്തെ കുറിച്ചിങ്ങനെ പറയുന്നു. 'ആ അയ്യപ്പൻ കാവിലെ അന്തരീക്ഷത്തിൽ ആ തിയ്യാടി പെൺകുട്ടി കൊളുത്തിത്തന്ന കെടാവിളക്കാണ് പിൽകാല ജീവിതത്തിൽ എനിക്ക് മാർഗനിർദേശം നൽകിയ മഹാ ജ്യോതിസെന്നോർക്കുമ്പോൾ കൃതജ്ഞതകൊണ്ട് എന്റെ കണ്ണുകൾ നിറഞ്ഞുപോകുന്നു.' ഒരുപക്ഷേ, ഇത്തരമൊരു സന്ദർഭം വി.ടി.യുടെ ജീവിതത്തില്യണ്ടായിരുന്നില്ലെങ്കിൽ കേരളത്തിന്റെ നവോത്ഥാന ചരിത്രത്തിൽ 'അടുക്കളയിൽ നിന്നും അരങ്ങത്തേക്ക്'എന്ന നാടകം ഉണ്ടാകുമായിരുന്നില്ല. എഴുതാനും പഠിക്കാനും കാലം വൈകിപ്പോയി എന്നു ചിന്തിക്കുന്നവർക്ക് മുൻപിലെന്നും ഉണർത്തുപാട്ടാണ് വി.ടി. യുടെ ജീവിതം.

ഓത്ത് പഠനത്തിന്റെ കാലം

വി.ടി.ക്ക് പുറത്തേക്കുള്ള വാതിൽ തുറന്നുകിട്ടി. അക്കാലത്ത് ഏറെ കഥകൾ പറഞ്ഞുകേട്ട പാതായ്ക്കരമനയിലാണ് വേദം (ഓത്ത്) പഠിക്കാനെത്തുന്നത്. അന്ന് പ്രായം ഒൻപത്. പഠിക്കാൻ താത്പ ര്യമില്ലാതിരുന്ന കാലം. എല്ലാ അർത്ഥത്തിലും അസ്വസ്ഥനായിരു ന്നു. കാരണം ചുറ്റപാട്ടും കാണുന്നതിനെ അംഗീകരിക്കാൻ മനസ് അനുവദിച്ചില്ല. ഇത്തിരിപോന്ന ബാല്യം എങ്ങനെ എല്ലാറ്റിനെയും

ചെറുക്കുമെന്ന ചിന്ത ചൂടുപിടിച്ച നിന്ന കാലമായിരുന്നു. ഒടുവിൽ ഓത്ത് പഠിപ്പിക്കാൻ നിയോഗിക്കപ്പെട്ട മേലേടത്തിന് മുൻപിലെത്തി. ചോദ്യങ്ങളായി. അതിങ്ങനെ,

'എന്താ പേര്?'

'രാമൻ'.

'എത്ര'ട്ടായി?'

'ഒന്നര ഓത്തേ ആയിട്ടുള്ള'.

ഇതേവരെ ചൊല്ലിച്ചതാര്

'വടക്കേടത്ത് നാരായണനോയ്മൻ'.

'ആട്ടെ ഓത്തുചൊല്ലാൻ മോഹംണ്ടോ?

അതോ അച്ഛന്റെ ഹേമം കൊണ്ട് പോന്നതോ?'

ഈ ചോദ്യം വി.ടിയെ കുഴപ്പത്തിലാക്കി.

ഇത്തരിപോല്യം മോഹം ഉണ്ടായിരുന്നില്ല. ഓത്തിനെന്നല്ല കാരണവന്മാരുടെ മുൻപിൽപ്പെട്ടന്നതുപോല്യം പ്രയാസമാണെന്ന് കരുതിയ കാലം. 'ഓത്തുചൊല്ലാൻ മോഹംല്ല്യാ' എന്നു പറഞ്ഞാൽ ആകെ കുഴപ്പമാകും. രണ്ടുവെല്ലുവിളികൾ വി.ടി. മുൻപിൽ നിന്നു. ഒന്ന്, സത്യം പറഞ്ഞാൽ ഭാവി അപകടത്തിലാകും. കാരണവന്മാർ കോപിക്കും. അസത്യം പറഞ്ഞാൽ ഇശ്വരകോപം. ഒടുവിൽ ധൈര്യം സംഭരിച്ച് മോഹം ഉണ്ടെന്ന് പറഞ്ഞുവെച്ച. വി.ടി.യുടെ ഓർമ്മയിൽ മനപൂർവ്വം പറഞ്ഞ ആദ്യത്തെ നുണയായതുമാറി. അന്നുരാത്രി ഉറക്കം വന്നില്ല. പേടിപ്പെടുത്തുന്ന സ്വപ്നം കണ്ടു. 'അച്ഛൻ മലർന്ന കിടക്കുന്നു. ഒരു സത്ത്വം വയറ്റത്തുകയറിയിരുന്ന് അതിന്റെ കൂർത്ത നീണ്ട നഖങ്ങളെക്കൊണ്ട് അച്ഛന്റെ ദേഹമതാ മാന്തിപൊളിക്കുന്നു. അച്ഛനെ വിട്ട് ആ രൂപം എന്റെ നേർക്ക തിരിഞ്ഞു.

'കള്ളാ ഓത്തുചൊല്ലാൻ മോഹമുണ്ടോ നിനക്ക്?'

ആ ഭീമാകാരം മുഷ്ടി ചുരുട്ടി നിൽക്കുന്നു. പെട്ടെന്ന് ശ്രീകോവിലിൻ നട തുറന്നു. കാവി മുണ്ടും ചൂരൽ വടിയുമായി ഒരുവൃദ്ധ ബ്രാഹ്മണൻ ഞങ്ങളുടെ അടുത്ത് ഓടിയെത്തി. ആ ഭയങ്കരാകാരനെ നാലഞ്ചടിച്ച. കാവി വസ്ത്രക്കാരനും ആ സത്ത്വവും അതോടെ അപ്രത്യക്ഷമായി. അസത്യം പറയേണ്ടി വന്ന സാഹചര്യം വി.ടിയുടെ മനസിൽ ഏൽപിച്ച മുറിവിൽ നിന്നാണീ സ്വപ്നത്തിന്റെ പിറവി. കാരണം വി.ടി. പറയുന്നു. 'സത്യം സ്വത്തിനേക്കാൾ വിലപിടിച്ച മൂലധന മാണ്ജീവിതയാത്രയിൽ ചെക്കബുക്കിനേക്കാൾ അതുപകരിക്കും

തീർച്ച'. ഇതിനിടെ 'പാതായ്ക്കരനിന്നു പണം കട്ട പുള്ള്യാ ഇത്'. എന്ന ആക്ഷേപം കേൾക്കേണ്ടി വന്നു. എന്നാൽ, മോഷണത്തിൽ പങ്കി ല്ലെന്ന് തിരിച്ചറിഞ്ഞ് പേരുദോഷം മാറി. അപ്പേഴേക്കും അതുവരെ ഓത്തുപഠിപ്പിച്ചിരുന്ന മേലേടം അവധിയെടുത്ത് പോയി. അതോടെ, പാതായ്ക്കരമനയിലെ പഠനം അവസാനിച്ചു. പിന്നേയും ഓത്ത് തുടർ ന്നെങ്കിലും മുന്നോട്ട് പോയില്ല. വൈകാതെ പൂജാരിയായി.

ശാസ്താം കാവിലെ ശാന്തി

ഏഴരനാഴിക വെളുപ്പിനെഴുന്നേല്ക്കണം. വേനൽ വർഷ ഭേദമന്യേ പുഴയിൽ നിന്നും തലച്ചുമടായി വെള്ളം കൊണ്ടുവരണം. ആനത്തല യോളം ചന്ദനമരച്ചെരുട്ടണം. അപ്പം, അട, പായസം എന്നീ നിവേദ്യ ങ്ങൾ പാകം ചെയ്യണം. ഉഷ:പൂജ, ഉച്ചപൂജ, പുറശാന്തി ഇതൊക്കെ സമയത്തിനു നിർവഹിക്കണം. ചെയ്തേ കഴിയൂ എന്നുള്ള ദിനച ര്യക്കു പുറമേ വഴിപാടുകൾ, ധാരകൾ, പാട്ട്, പുഷ്പാഞ്ജലി മുതലായ പ്രത്യേകതകളും നിറവേറ്റണം.പ്രദോഷം നോമ്പുകാരൻ, തിങ്കളാഴ്ച നോമ്പുകാർ, ഭജനക്കാർ എന്നിവരുടെ താളത്തിനനുസരിച്ച് ചവിട്ടുക യും വേണം. ഇത്തരം ചിന്തകളായിരുന്നു ശാന്തിക്കാരനാവുന്ന വി.ടി. യുടെ മനസിൽ ഉണ്ടായിരുന്നത്. എന്നാൽ, പൊതുവെ 'കിഴിഞ്ഞവൻ' എന്ന ബോധം ഒഴിവായത് ഇക്കാലത്താണ്. ക്ഷേത്രത്തിൽ നിന്നും കിട്ടിയ പണവും സമൂഹത്തിൽ നിന്നും ലഭിച്ച അംഗീകാരവും തന്നെ വി.ടി.യെ ഇക്കാലത്ത് സ്വാധീനിച്ചിരുന്നു.

ആ, തപാൽ ഉരുപ്പടി

ജീവിതത്തിൽ ആദ്യമായി വി.ടിയെതേടി തപാൽ ഉരുപ്പടി വന്നു. 'മിസ്റ്റർ താഴ്ത്തു രാമൻ ഭട്ടതിരിപ്പാട്, മൂണ്ടക അമ്പലത്തിൽ താമസം, പി.ഒ. ഷൊർണ്ണൂർ എന്ന് ഇംഗ്ലീഷ് റാപ്പിറമ്മേൽ അച്ചടിച്ച ഒരാഴ്ചപ്പ ത്രം ആയിരുന്നു അത്. പൗര ജീവിതത്തിലേക്ക് വെളിച്ചം വീശി തന്ന ആ അരിപ്പച്ചട്ട പിന്നീടൊരിക്കല്യം കുത്തികൊട്ടത്തിയിട്ടില്ലെ ന് വി.ടി. പറയുന്നു. അതോടെയാണ് ലോകകാര്യങ്ങൾ അറിയാൻ 'കേരളപത്രികയും'സാമുദായികകാര്യങ്ങൾക്ക 'യോഗക്ഷേമ'വും വായിക്കാൻ തുടങ്ങി. ഒരുപക്ഷേ, വി.ടി.യിലെ വിപ്ലവകാരിയെ രൂപപ്പെടുത്തുന്നതിൽ ഈ പ്രസിദ്ധീകരണങ്ങൾ വലിയ പങ്കുവഹി ച്ചുവെന്നുവേണം കരുതാൻ.

നായാടി മുതൽ നമ്പൂതിരിവരെ

'ഉന്നത ജാതിക്കാരായ നമ്പൂതിരിമാരുടെ സംഘടനയായ യോഗ ക്ഷേമസഭ 1908ൽ സ്ഥാപിതമായി. അതിന് പ്രധാനമായും നാല് ലക്ഷ്യങ്ങളാണുണ്ടായിരുന്നത്. ഒന്ന്: സമുദായത്തിനകത്തു നിന്നു തന്നെ വിവാഹിതരാകാൻ മുഴുവൻ നമ്പൂതിരി യുവാക്കൾക്കും അവകാശം സിദ്ധിക്കുന്നതിനായി പ്രക്ഷോഭം ഉയർത്തുക. രണ്ട്: ഇംഗ്ലീഷ് പഠിക്കാനുള്ള അവകാശത്തിനുവേണ്ടി പ്രക്ഷോഭം. മൂന്ന്: സ്ത്രീകൾക്കിടയിലെ ഘോഷാ സമ്പ്രദായം അവസാനിപ്പിക്കുക. ഈ ലക്ഷ്യങ്ങളെ പിൻതുണച്ചുകൊണ്ട് നമ്പൂതിരിയുവാക്കളായ ഗ്രന്ഥകാ രന്മാർ 'അടുക്കളയിൽ നിന്ന് അരങ്ങത്തേക്ക്' പോലുള്ള നാടകങ്ങളും രചിച്ചു. നമ്പൂതിരിമാർക്കായി ഒരു പത്രവും ആരംഭിച്ചു. ഈ പ്രക്ഷോഭം നല്ല ഫലം ഉളവാക്കി. 1930 ആയപ്പോഴേക്കും നമ്പൂതിരി പെൺകി ടാങ്ങൾ സ്കൂൾ വിദ്യാഭ്യാസത്തിനെത്തി. ക്രമേണ ഈ പ്രസ്ഥാനം അതിന്റെ എല്ലാ ലക്ഷ്യങ്ങളും കൈവരിച്ചു'.

എ.കെ. ജി. (കേരളം ഇന്നലെ ഇന്ന്).

നായാടി മുതൽ നമ്പൂതിരിവരെ എന്ന തലവാചകം അടുത്ത കാലത്തായി എസ്.എൻ.ഡി.പിയുടെ നേതൃത്വത്തിൽ നടത്തിയ

വാഹനപ്രചരണ ജാഥയെ കുറിച്ചാണ് ഓർമ്മപ്പെടുത്തുന്നത്. ഹിന്ദു ഐക്യം എന്ന ലക്ഷ്യം മുൻനിർത്തിയാണ് ഈ മുദ്രാവാക്യം പിറന്നത്. അല്ലെങ്കിൽ അധികാരത്തിലേക്കുള്ള കുറുക്ക വഴി തേടി നടക്കുന്നതിന്റെ ഭാഗമായാണ് ഇത്തരമൊരു ഉദ്ധരണി എസ്. എൻ.ഡി.പി. നേതൃത്വം കണ്ടെത്തിയത് എന്നുപറയാം. എന്നാൽ, വി.ടിയെപ്പോല്യുള്ളവർ ചിന്തിച്ചത് മാനവരാശിയുടെ ഐക്യപ്പെട ലാണ്. അതിൽ നമ്പൂതിരിയും നായാടിയും ഇല്ല. മനുഷ്യൻ മാത്രമേ ഉള്ളൂ. മനുഷ്യൻ മാത്രം. ഒരേ ഭൂമിയിൽ ഒരോ ആകാശത്തിനകീഴിൽ ജനിച്ചവർ തൊട്ടുകൂടാത്തവരും തമ്മിൽ കാണാൻ പറ്റാത്തവരുമായി തീരുന്ന സാമൂഹിക ക്രമമാണ് ജാതീയതയെ ഊട്ടി ഉറപ്പിച്ചത്. ഇതു കണ്ടാണ് 'കേരളം ഭ്രാന്താലയമാണെന്ന്' സ്വാമി വിവേകാനന്ദൻ വിളിച്ചത്. അതുകൊണ്ടാണ് മാനവികത ഉയർത്തിപിടിക്കുന്നവരെ ല്ലാം അങ്ങേയറ്റം ആപത്കരമായ ഈ സാമൂഹിക ക്രമം എവിടെ നിന്നാണുണ്ടായതെന്ന് ചിന്തിച്ചത്.

കുടിയേറി വന്ന നമ്പൂതിരി

'കേരള ബ്രാഹ്മണരായ നമ്പൂതിരിമാർ പുറമേ നിന്നെത്തി കുടി യേറിപ്പാർത്തവരാണ് എന്നാണ് ചരിത്രകാരന്മാരുടെ ഒരുനിഗമനം. കുടിയേറ്റക്കാരായി വന്ന നമ്പൂതിരിമാർ താമസിയാതെ അവരുടെ വിദ്യ, വേദജ്ഞാനം, ആയുർവേദജ്ഞാനം മുതലായവ ഉപയോഗി ച്ച് സമൂഹത്തിൽ ഉന്നത സ്ഥാനം സ്വന്തമാക്കുന്നു. വേദജ്ഞരായ അവർക്ക് അന്നത്തെ നാട്ടുവാഴികളിൽ നിന്നും ലഭിച്ച സഹായം ഇതിന് കളമൊരുക്കി. പിന്നീടത്, രാജാക്കന്മാർക്ക് വരെ പിഴ വിധിക്കുന്ന നിലയിലേയ്ക്ക് അവരുടെ അധികാരം വളർന്നു. ഇങ്ങനെ സർവാധിപത്യം സിദ്ധിച്ച ഒരുവർഗത്തെയോ, വംശത്തേയോ ലോകത്തിൽ മറ്റൊരിടത്തും കാണാൻ കഴിയില്ലെന്നാണ്' പി.കെ. ബാലകൃഷ്ണൻ തന്റെ പഠനത്തിൽ പറയുന്നത്. അങ്ങനെ വരുമ്പോൾ നമ്പൂതിരിമാർ സൃഷ്ടിച്ച ഈ വർണവ്യവസ്ഥയെ മറ്റുള്ളവർ ദൈവീകം എന്ന രീതിയിൽ കൊണ്ടുനടക്കുകയായിരുന്നു. ഇതിൽ നിന്നുള്ള മോചനം ലക്ഷ്യമിട്ടുകൊണ്ടാണ് എസ്.എൻ.ഡി.പി, എൻ.എസ്. എസ്, യോഗക്ഷേമസഭ, മുസ്ലീം ലീഗ്, കൈസ്തവ ഫെഡറേഷൻ തുടങ്ങിയ സംഘടനകൾ രൂപം കൊണ്ടത്. അടുത്തു കൂടായ്മ, തൊട്ട കൂടായ്മ, നാട്ടുവഴികളില്യൂടെ നടക്കാൻ പറ്റാത്ത അവസ്ഥ എന്നിവ

കാരണം ജീവിതത്തിന്റെ സമസ്ത മേഖലകളിലും നിന്നും അകന്നു കഴിഞ്ഞ പാവപ്പെട്ടവന്റെ ഉന്നമനത്തിനുവേണ്ടിയാണ് ഓരോ ജാതി സംഘടനയും പിറന്നത്. ബ്രാഹ്മണ മേധാവിത്വത്തോട്ടുള്ള വെല്ലുവിളിയോടെയാണ് നായർ സമുദായ സംഘടന ഉടലെടുത്തത്. ചാതുർവർണ്യത്തിന്റെ നിർവചനത്തിൽപ്പെട്ട ശൂദ്രനല്ല, പ്രാചീന കേരളത്തിലെ ഭരണാധികാരികളായ നായകന്മാരാണ് നായന്മാ രെന്ന് അവർ അവകാശപ്പെട്ടു. ഈ രീതിയിൽ ഓരോ ജാതിയും തങ്ങളുടെ മേൽക്കോയ്മ സ്ഥാപിച്ചെടുക്കാൻ മത്സരിക്കുകയായിരു ന്നു. എല്ലാ ജാതികളിലുമുണ്ട് ഉപജാതികൾ ഏറെ. ബ്രാഹ്മണരിൽ തന്നെ ഓത്തുള്ളവരും ഇല്ലാത്തവരുമുണ്ട്. ഓത്തില്ലാത്ത നമ്പൂതിരി അനോന്യം തൊട്ടുകൂടാ. ഓത്തുള്ള ഇല്ലങ്ങളിലെ ക്രിയാദികൾക്ക് അതില്ലാത്തവരെ എടുക്കുകയില്ല. അവരുമായി വിവാഹബന്ധങ്ങൾ പാടില്ല. നായരിലുണ്ട് അനേകം ഉൾപ്പിരിവുകൾ. അവർണ്ണരിലുമുണ്ട് സവർണരെപ്പോലെ അന്യോന്യം തൊട്ടുകൂടായ്മ കൽപിക്കുന്ന ജനവി ഭാഗങ്ങൾ. ഇതിന്റെയെല്ലാം നേതൃത്വം ബ്രാഹ്മണർക്കായിരുന്നു.

മതേതരത്വം വെല്ലുവിളി നേരിട്ടുമ്പോൾ.

ജാതിയും മതവും എല്ലാഅർത്ഥത്തിലും വെല്ലുവിളിയുയർത്തുന്ന ഒരു കാലത്താണ് നാം കഴിയുന്നത്. എല്ലാ മനുഷ്യരെയും കള്ളിക ളായി തിരിച്ച് രാഷ്ട്രീയ നേതൃത്വം തങ്ങളുടെ കാൽക്കീഴിൽ ഒതുക്കി നിർത്തിയിരിക്കുന്നു. ആവശ്യം വരുമ്പോൾ വികാരാവേശത്താൽ തെരുവിലിറക്കാൻ. ഇവിടെ, വി.ടി പുലർത്തിയ മതേതര സങ്കൽപ ചിന്തകൾ ഏറെ പ്രസക്തിയുള്ളതായി തീരുന്നു. മതാരാധന വ്യക്തിപ രമായിരിക്കണം.പക്ഷേ, ഇതിനിടയിൽ മതത്തിൻ മേൽ തൊട്ടുകളി ക്കേണ്ട,അത് അപകടകരമാണ്. എന്ന് വിരൽ ചൂണ്ടി നിൽക്കുന്നവർ ഒരുഭാഗത്ത്. മറുഭാഗത്ത് മതം മനുഷ്യനെ മയക്കുന്ന കറുപ്പാണെന്ന് എന്നാക്ഷേപിക്കുന്ന ചില ഭൗതികവാദികൾ. ഈ ചേരിപ്പോരിനി ടയിൽ മതം ഏതായാലും മനുഷ്യൻ നന്നായാൽ മതിയെന്ന് എന്ന് ആഗ്രഹിക്കുന്നവർ. ഈ മതേതര സങ്കൽപം സ്വീകരിക്കുന്നതിന് തടസം ഉണ്ടാവേണ്ടതില്ല. എന്നാൽ, ഈ ചിന്ത അംഗീകരിക്കാൻ മടിയുള്ള ആളുകളും സംഘടനകളും ഇവിടെയുണ്ടെന്ന് വി.ടി. തിരി ച്ചറിയുന്നു. അവരോടായി വി.ടി. ഇങ്ങനെ പറയുന്നു. 'ഈരാജ്യം മനുഷ്യരുടേതാണ്. ദേവന്മാരുടേതല്ല. അപ്പോൾ, രാഷ്ട്രത്തിന്റെ

പൊതുമുതൽ മനുഷ്യാഭിവൃദ്ധിക്കായി വിനിയോഗിക്കുവാനുള്ള താണ്. അദൃശ്യലോകത്തിലെ സങ്കൽപദേവതകളുടെ പ്രീതിക്കായി ദുർവ്യയം ചെയ്യാനുള്ളതല്ല. വിദ്യാഭ്യാസം, ആരോഗ്യം, ഐശ്വര്യം എന്നീ ഉപാധികളിലൂടെ ജനതയെ മഹത്വത്തിലേക്കുയർത്താൻ ഇവിടത്തെ ധന ശക്തിയും പ്രവർത്തന ശേഷിയും തിരിച്ചുവിടുക എന്നതാണ് രാഷ്ട്രീയ ലക്ഷ്യം'. ലാഭനഷ്ടങ്ങളുടെ കണക്ക് കൂട്ടലിൽ ജീവിതം കച്ചവടം ചെയ്യുന്ന രാഷ്ട്രീയക്കാരെ വി.ടി. വിമർശിക്കുന്നു. ഹൃദയ ശുദ്ധീകരണത്തിന്റെ ആദർശത്തെ മുറുകെ പിടിക്കാനാണ് പുതിയ തലമുറയോട് വി.ടി. ആവശ്യപ്പെടുന്നത്.

നമ്പൂതിരിമാരെന്തു പിഴച്ചു

1930 കാലത്ത് മുത്തിരങ്ങോട്ട ഭവത്രാതൻ നമ്പൂതിരിപ്പാട് മിതവാദി വാർഷികപ്പതിപ്പിൽ ഒരുചെറുലേഖനം എഴുതി. അതിന്റെ തലവാചകം ഇങ്ങനെ 'ഞങ്ങൾ നമ്പൂതിരിമാരെന്തുപിഴച്ചു?' എന്നാണ്. സാമുദായിക പരിഷ്ക്കാരപ്രസ്ഥാനത്തിന്റെ നേതാവുകൂടി യായ ഭവത്രാതൻ നമ്പൂതിരിപ്പാടിന്റെ ഈ കുറിപ്പ് ഏറെ ചിന്തിപ്പി ക്കുന്നു. അപ്ഫന്റെ മകൾ എന്ന നോവലിന്റെ രചയിതാവ് കൂടിയാണ് ഭവത്രാതൻ നമ്പൂതിപ്പാട്. ഈ കുറിപ്പിലൂടെ, നമ്മുടെ സാമൂഹിക ക്രമം ഈ രീതിയിൽ നിലനിർത്തുന്നതിൽ ആസ്വദിച്ച ചിലർ ഇവിടെ യുണ്ടായിരുന്നുവെന്ന ചിന്ത ബലപ്പെടുത്തുകയാണ്. അവരാണീ ജാതീയതയും മറ്റും അരക്കിട്ടറപ്പിക്കാൻ കിണഞ്ഞ് ശ്രമിച്ചത്. അത്ത മൊരുസാഹചര്യം നമ്പൂതിരിമാർക്ക് മേൽക്കോയ്മ നൽകി എന്ന ചിന്തയാണീ കുറിപ്പ് നൽകുന്നത്. ഇതാകട്ടെ, വേറിട്ട ചിന്തയാണ്. അതിങ്ങനെ 'കേരളത്തിൽ, പൂർവാചാരപ്രസക്തന്മാരും, അധഃകൃതവർ ഗക്കാരെന്ന പറയപ്പെടുന്നവരെ ആട്ടിയോടിക്കുന്നവരും പ്രായേണ നമ്പൂതിരിമാരാണെന്നൊരുവാദമുണ്ട്. കേരളീയ സമുദായങ്ങളെ ഒന്നോടൊന്ന മത്സരിപ്പിക്കുന്നതും ഈ സാധു നമ്പൂതിരിയാണത്രെ! സ്വകൃത്യ നിർവഹണങ്ങളിൽപ്പോലും ഇതികർത്തവ്യതാമൂഢന്മാരായി വിദ്യാ വിഹീനന്മാരായി, കെൽപ്പും കൊപ്പമില്ലാത്തവരായി ഭൂലോക കടാഹത്തിന്റെ ഏതോ കോണിൽ ആർക്കും ഏതും ആവശ്യവും വിലയുമില്ലാതെ ജീവിതം ഉന്തിത്തള്ളുന്ന ഈ സാധുനമ്പൂതിരിമാ രണോ മത്സരിക്കാനും സംയോജിപ്പിക്കാനും ശക്തർ? ഈ നമ്പൂതി വിഡ്ഢികൾ തന്നെയാണോ വിധികർത്താക്കൾ? കേരളത്തിന്റെയും

തന്നെ ത്രാതാക്കളും ഉദ്ധർത്താക്കളുമെന്ന് അഭിമാനിക്കുന്ന ചില മദ്ധ്യവർത്തികളുണ്ട്. അവർ തന്നെയാണ് ഈ ഗംഭീരസാഹസങ്ങൾ ചെയ്ത് ഒടുവിൽ സാധുക്കളായ നമ്പൂതിരിമാരുടെ തലയിൽ തീരാഭാരങ്ങളായ ഈ കല്ലുകളേറ്റുന്നതും. നമ്പൂതിമാർക്കപ്രത്യേകം യാതൊന്നുമില്ല. അവർ കേവലം അശക്തരും ഭീരുക്കളുമാണ്. അവർക്ക് ഈ ദൃശ്യങ്ങളായ വിദ്വേഷങ്ങളൊന്നുമില്ല. അവർ അയിത്തമെന്നും തീണ്ടലെന്നും പറഞ്ഞു സഹോദര സമുദായങ്ങളെ അറബിക്കടലിലാഴ്‍വാനോ ദീപാന്തരത്തിലേക്ക് ഓടിക്കുവാനോ ആശിക്കുന്നില്ല. തിരുവിതാംകൂർ നിയമസഭയിൽ അധ:കൃത വർഗക്കാർക്ക പൊതു സ്ഥലങ്ങളിൽ പ്രവേശനമനുവദിക്കുന്നതിനുള്ള പ്രമേയം സരോഷം തള്ളിയതു നമ്പൂതിരി വിസ്മൃതികളാണോ. കല്ലാത്തി ഗ്രാമവീഥിയിൽ പ്രവേശനമനുവദിക്കാതെ കശപിശകൂട്ടിയതും നമ്പൂതിരിമാരല്ല. എന്നിട്ടും ഇപ്രകാരമൊരപഖ്യാതി ഉണ്ടായിത്തീരുവാൻ നമ്പൂതിമാർ എന്തൊരുമഹാപാപമാണുചെയ്തത്? പിന്നെയും ഈ സാധുവർഗ ത്തിന്റെമേൽ കെട്ടിവച്ച അപവാദം നീക്കുവാൻ അവരുടെ സർവ പ്രാധിനിത്യം വഹിക്കുന്ന യോഗക്ഷേമസഭ കഴിഞ്ഞ കൊല്ലത്തിൽ തീരുമാനിച്ചിട്ടുണ്ട്'.

●

അമ്പലങ്ങൾക്ക്
തീ കൊളുത്തുമ്പോൾ...

'നി'ർമ്മാല്യം പോലൊരു സിനിമയെകുറിച്ച് ഇന്ന് ചിന്തിക്കാൻ കഴിയയില്ല. കാരണം, ജീവിക്കാൻ ആഗ്രഹമുണ്ട്' അടുത്തിടെ മലയാളത്തിന്റെ പ്രിയ എഴുത്തുകാരൻ എം.ടി. വാസുദേവൻ നായർ പറഞ്ഞ വാക്കുകളാണിത്. അപ്പോഴാണ് ഇന്നത്തെതിനേക്കാൾ ജനാധിപത്യം മുൻപുണ്ടായിരുന്ന എന്ന മനസിലാക്കാൻ കഴിയുക. അല്ലെങ്കിൽ, പ്രത്യക്ഷത്തിൽ രംഗത്തിറങ്ങിയില്ലെങ്കിലും മാറ്റത്തി നായി കൊതിക്കുന്നവരുടെ എണ്ണം കൂടുതലായിരുന്നിരിക്കണം. മുൻപും പ്രതിഷേധങ്ങളും മുറുമുറുപ്പുകളും ഉയർന്നെങ്കിലും അതുവരെ വി.ടി. നടത്തിയ സാമൂഹിക പരിഷ്കരണങ്ങളെ നമ്പൂതിരി മുതൽ നായാടിവരെ ഏറെ താത്പര്യപൂർവ്വം നോക്കി നിന്നിരുന്നു. അല്ലാത്തപക്ഷം 'അമ്പലങ്ങൾക്ക് തീകൊളുത്തുക, നമ്പൂതിരിമാരെ മനുഷ്യരാക്കുക' എന്ന പ്രസ്താവന വി.ടി.ക്ക് ഉന്നയിക്കാൻ കഴി യുമായിരുന്നില്ല. പൂജാവൃത്തി നടത്തി ജീവിച്ചുപോന്ന ഒരാൾക്ക് ഒടുവിൽ പറയേണ്ടി വരുന്ന അമ്പലങ്ങൾക്ക് തീകൊളുത്തണമെ ന്ന്. അത്തരമൊരുചിന്തയിലേക്ക് വി.ടി.യെ നയിച്ചത് മനുഷ്യനെ

തിരിച്ചറിയാത്ത ആചാരങ്ങളും വിശ്വാസരീതികളും കണ്ട് മനം മടുപ്പിച്ച സാഹചര്യമാണ്. കേരളത്തിൽ എവിടെ നോക്കിയാലും അഹംഭാവം കൊണ്ട് തലയുയർത്തി നിൽക്കുന്ന പള്ളികളും അമ്പ ലങ്ങളുമാണ് കാണുന്നതെന്ന് വി.ടി. എഴുതുന്നു. അസമത്വത്തിന്റെയും അന്ധവിശ്വാസത്തിന്റെയും ശവക്കല്ലറകളെ പൊളിച്ചുകളയണം. അമ്പലങ്ങൾ തീകൊളുത്തണമെന്ന് കേൾക്കുമ്പോൾ പലഹൃദയങ്ങളി ലും കത്തിക്കാളൽ ഉണ്ടായേക്കാം. എന്നാൽ, ഇത്തരമൊരു ചിന്തയി ലേക്ക് തന്നെ നയിച്ചത് നമ്മുടെ മതഭ്രാന്ത് കണ്ട് മടുത്തിട്ടാണെന്നും വി.ടി. സൂചിപ്പിക്കുന്നു.

കരിങ്കല്ല് ദൈവം ഹരിജനങ്ങൾ മൃഗം

'ഹരിജനങ്ങളെ നാം മൃഗങ്ങളാണെന്ന വിചാരിക്കുന്നു. ഒരു കരിങ്കല്ലിനെ നാം ദേവനാണെന്നും കരുതുന്നു. ഈ വ്യസനക രമായ വിശ്വാസത്തെ, മതഭ്രാന്തിനെകൈവെടിഞ്ഞേ കഴിയൂ. എന്റെ സഹോദരി, സഹോദരന്മാരേ, നമ്മുടെ കരിങ്കല്ലിനെ കരി ങ്കല്ലായിത്തന്നെ കരുതുക. മനുഷ്യനെ മനുഷ്യനായും. ഇനിയും ആ വിശ്വാസത്തിന്റെ ചുറ്റും കണ്ണുകെട്ടി ശയനപ്രദക്ഷിണംവെക്കാതെ, ഈ ഭ്രാന്തിനെ പൂജിക്കാതെ, വങ്കത്തങ്ങളെ പുറത്തേക്കെഴുന്നള്ളി ക്കാതെ നമുക്ക് ജീവിക്കാം. ഞാൻ എല്ലാവരോട്ടും ഊന്നിപ്പറയുന്നു. അമ്പലങ്ങൾക്ക് തീവെയ്ക്കുക എന്നുവെച്ച് ആരും വ്യസനിക്കുകയും പേടിക്കുകയും വേണ്ട' വി.ടി. ഉണ്ണിനമ്പൂതിരിയിൽ 1933 ഏപ്രിൽ 28ന് എഴുതിയ ലേഖനത്തിലൂടെയാണ് ഇത്തരമൊരു ആഹ്വാനം മുന്നോട്ടവെക്കുന്നത്. 'ഞാനൊരു ശാന്തിക്കാരനായിരുന്നുവെങ്കിൽ വെച്ചു കഴിഞ്ഞ നിവേദ്യം വിശന്നുവലയുന്ന കേരളത്തിലെ പാവ ങ്ങൾക്കു വിളമ്പിക്കൊട്ടുക്കും. ദേവന്റെ മേൽ ചാർത്തിയ പട്ടുതിരുവ്ട യാട അർധനഗ്നരായ പാവങ്ങളുടെ അര മറയ്ക്കാൻ ചീന്തിക്കൊട്ടുക്കും. പുകഞ്ഞുതുടങ്ങിയ ധൂപം അമ്പലത്തിലുള്ള പെരുച്ചാഴികളെനമ്പൂ തിരി, പട്ടർ തുടങ്ങിയ വർഗങ്ങളെപ്പുറത്തോടിച്ചു കളയുവാനാണ് ഉപയോഗിക്കുക. കത്തിച്ചുവെച്ച കെടാവിളക്കാവട്ടെ നമ്മുടെ വിസ്ഥി ത്തത്തിന്റെ കറുത്ത മുഖത്തെ വീണ്ടും തെളിയിച്ചുകാണിക്കുവാനല്ലാ. അതിന്റെ തല തീ കത്തിക്കുവാനാണ് ഞാൻ ശ്രമിക്കുക. അത്ര വെറുപ്പ് തോന്നുന്നു എനിക്ക് അമ്പലങ്ങളോട്. നമുക്ക് അനാചാര ങ്ങളെ കെട്ടുകെട്ടായി നശിപ്പിച്ചുകളയുവാൻ ഒരു എളുപ്പമാർഗ്ഗമുണ്ട്.

അതാണ് അമ്പലങ്ങൾക്ക് തീവെയ്ക്ക'. 1933 ആവുമ്പോഴേക്കും ഏറെ വെളിച്ചം കടന്നുവന്ന തന്റെ സമുദായ അന്തരീക്ഷം വീണ്ടും പഴയ അനാചാരങ്ങളുടെ കറുപ്പ് എടുത്തണിയുന്നതിന് സഹായിക്കുന്നത് ക്ഷേത്രവിശ്വാസമാണെന്ന് വി.ടി. തിരിച്ചറിഞ്ഞിരുന്നു. അതാണ്, നമ്പൂതിരിയെ മനുഷ്യനാക്കാൻ അമ്പലങ്ങൾക്ക് തീകൊളുത്തുകയ ല്ലാതെ വേറെ വഴിയില്ലെന്ന് വി.ടി. ചിന്തിക്കാനിടയാക്കുന്നത്. ഈ ആഹ്വാനം ഉയർന്നതിനെ തുടർന്ന് അക്രമം ഭയന്ന് പെരുമ്പാവൂർ ക്ഷേത്രത്തിലും മറ്റും കാവൽ ഏർപ്പെടുത്തിയിരുന്നു. അക്കാലത്തെ 'സനാതനഹിന്ദു' പോലുള്ള പത്രങ്ങൾ വി.ടിയുടെ നിലപാടിനെതിരെ നിലകൊണ്ടിരുന്നു. തന്റെ നിലപാടിനെതിരെ ഉയർന്ന വിമർശന ങ്ങളെ സന്തോഷപൂർവമാണ് വി.ടി. നോക്കി കണ്ടത്. കാരണം ഇത്തരം ചില നീക്കങ്ങളിലൂടെ താനന്വയിച്ച വിഷയം കൂടുതൽ പേരിലെത്താൻ സഹായിച്ചല്ലോ എന്ന ചിന്തയാണുണ്ടായത്.

നാടാകെ മാറുന്നു; അപ്പോഴും

നാടാകെ മാറുമ്പോഴും നമ്പൂതിരി സമുദായത്തിലെ ഭൂരിഭാഗവും പഴമയെ പുണർന്നുകിടക്കാൻ ശ്രമിക്കുന്നത് വി.ടി.യെ വേദനിപ്പിച്ചു. എല്ലാ ജാതി സമൂഹങ്ങളും മാറ്റത്തിന്റെ വഴിയേ സഞ്ചരിക്കുന്നത് വി.ടി. കാണുന്നു. അപ്പോഴും ആഢ്യത്വത്തിന്റെ പാവുവസ്ത്രം ചേർത്തു പിടിക്കുന്നവരെ കാണുന്നു. അയിത്തത്തെ അകറ്റുവാൻ ഹരിജനങ്ങ ളുടെ കഷ്ടപ്പാടുകൾ കഴിയുന്നതും കുറയ്ക്കാൻ ജാതിസോപാനത്തിന്റെ മുകളിൽ ഞെളിഞ്ഞിരിക്കുന്ന നമ്പൂതിരി താഴെക്കിറങ്ങണം. കഷ്ട പ്പാടിന്റെ മടിയിൽ കിടന്നു വളരുന്നവനാരോ അവനത്രേ യഥാർത്ഥ മനുഷ്യനെന്നാണ് വി.ടി.യുടെ പക്ഷം. ഹരിജനങ്ങളെ ഉയർത്തി കൊണ്ടുവരുന്നതിന് മുൻപന്തിയിൽ നമ്പൂതിരി സമുദായം ഉണ്ടാ കണമെന്നാണ് വി.ടി.യുടെ ആഗ്രഹം. ഇത്തരമൊരു ചിന്തയിൽ ചില ചോദ്യങ്ങൾ തനിക്ക് നേരെ തന്നെ ഉന്നയിച്ചകൊണ്ട് വി.ടി. നിലപാട് വ്യക്തമാക്കുന്നത്. 'അടുത്ത ജന്മത്തിലും ബ്രാഹ്മണനായി തന്നെ ജനിക്കണം എന്നാണോ മോഹം? അങ്ങനെ ചോദിച്ചേക്കാം. എങ്കിൽ ഇതാണുത്തരം. അടുത്ത ജന്മത്തിൽ നമ്പൂതിരിയും നായരും അമ്പലവാസിയുമൊക്കെ ഉണ്ടാവുമോ എന്തോ? ഉണ്ടായാലും ഇല്ലെ ങ്കിലും എനിക്ക് മനുഷ്യനായി ജനിച്ചാൽ മതി. മനുഷ്യൻ, നല്ല മനുഷ്യൻ. ഒരു സ്വകാര്യം കൂടി അടുത്ത ജന്മത്തിലും ഞാൻ എന്റെ

കർമ്മരംഗമായി തെരഞ്ഞെടുക്കുക സാമൂഹ്യ കലാസാംസ്കാരിക മേഖലതന്നെയായിരിക്കും.

'അഗ്നേയ സ്വാഹ!അഗ്നയോ ഇദം, ന മമ'

ഇതൊരു മന്ത്രമാണ്. ഈ ഹോമദ്രവ്യം അഗ്നിക്കുള്ളതാണ്. എനിക്കുള്ളതല്ല ഇതാണതിന്റെ അർത്ഥം. എന്റെ വിശ്വാസപ്രമാണവും. ഇതു തന്നെ! ഞാൻ എനിക്കുവേണ്ടി ഒന്നും ചെയ്തിട്ടില്ല. എത്രയെത്ര ജന്മങ്ങൾ കിട്ടിയാല്ും എന്റെ കർമ്മ രംഗത്തെ മൂലമന്ത്രം ഇതു തന്നെയായിരിക്കും 'അഗ്നയോ ഇദം, ന മമ'. മനുഷ്യത്വത്തിന്റെ വഴിയില്ൂടെയല്ലാതെ സഞ്ചരിക്കാൻ വി.ടി.ഒരുക്കമല്ലെന്നതിന്റെ പ്രഖ്യാപനം കൂടിയാണിത്.

●

'യാചനായാത്ര' സമരമാവുമ്പോൾ..

1930കൾ. മരുമക്കത്തായം കൊടികുത്തി വാഴുന്ന കാലം. നമ്പൂതിരി സമുദായത്തിലെ കുട്ടികൾ എല്ലാ അർത്ഥ ത്തിലും അവഗണിക്കപ്പെടുന്നു. പഠിക്കാനുള്ള ആഹ്വാനം വി.ടി യെപോലുള്ളവരിൽ നിന്നും ഉയരാൻ തുടങ്ങിയിട്ട് നാളേറെയായി. പക്ഷേ, ചെറുപ്പക്കാർക്ക് പഠിക്കാൻ അവസരമില്ല. സമുദായപ്രമാ ണിമാർ സുഖനിദ്രകൊള്ളുമ്പോഴാണ് കുട്ടികൾ ഊരു തെണ്ടേണ്ടി വരുന്നത്. പഠിക്കാൻ പുസ്തകമില്ലാതെ, ഉടുക്കാൻ മുണ്ടില്ലാതെ ഈ വിദ്യാർത്ഥികൾ കഷ്ടപ്പെട്ടുമ്പോൾ ഇവരെ പുറത്തുതള്ളി വിട്ട കുടുംബങ്ങൾക്ക് യാതൊരു വീണ്ടുവിചാരവുമില്ല. ഈ സാഹചര്യം മൃഗീയമാണെന്ന് തിരിച്ചറിഞ്ഞ ഘട്ടത്തിലാണ് പ്രമാണിമാരുടെ മുൻപിലേക്ക് ചെറുപ്പക്കാരെയും കൊണ്ട് യാചനായാത്ര നടത്തു ന്നത്. അങ്ങനെയാണ് എരിവെയിലിൽ കാൽനടയായി സഞ്ചരിച്ച കാരണവന്മാർ കണ്ണുതുറക്കുംവരെ, പ്രഭുക്കന്മാരും പണക്കാരും അകമഴിഞ്ഞ് സഹായിക്കുന്നതുവരെ യാചനായത്ര നടത്താൻ തീരുമാനിച്ചത്. പൊതുസമൂഹത്തിന് മുൻപിൽ സമുദായത്തെ പ്രതിക്കൂട്ടിൽ നിർത്താനല്ലേ ഇത്തരം പ്രവൃത്തികൾ ഉപകരിക്കുവെ ന്ന വിമർശനം സ്വാഭാവികമായും ഉയർന്നു. ഇത്തരം വേളയിൽ,

ഞാനൊരു വിപ്ലവകാരിയാണെന്ന് ഏറെ ആവേശപൂർവ്വം വി.ടി. വിശേഷിപ്പിക്കാറുണ്ട്. ബഹിർ ലോക വിപ്ലവം കൊണ്ട് കാര്യമില്ല. ഒരധ്യാത്മിക വിപ്ലവം കൊണ്ടേ ആദർശ ദൃശ്യത്തെ പരിഹരിക്കാൻ സാധിക്കുകയുള്ളൂവെന്ന് വി.ടി. കരുതി. സമുദായമാകുന്ന വയലിൽ ഒരു ചാല്യപൂട്ടുവാനാണ് ഇത്തരം പ്രവൃത്തികൾ കൊണ്ട് കഴിഞ്ഞത്. വിത്തുവിതയ്ക്കാൻ തക്കവണ്ണം എല്ലാ ദിക്കിലും മണ്ണ് ഇളക്കുവാൻ കഴിഞ്ഞിട്ടില്ലെന്ന് യാചനായാത്രയുടെ വേളയിൽ വി.ടി സ്വയം വിലയിരുത്തുന്നു. ഒരുപക്ഷേ, കേരളപിറവിയുടെ അറുപത് തികഞ്ഞ ഈ വേളയിൽ നമ്പൂതിരി സമുദായത്തിൽപ്പെട്ടവർ ഏതൊക്കെ ഉന്നതികളിൽ എത്തിയിട്ടുണ്ടോ അതിനപിന്നിൽ ഈ യാചനാ യാത്രയുണ്ട്. നാട്ടും വീട്ടും എതിരായിട്ടും പുതുവഴിവെട്ടാൻ ഇറങ്ങി തിരിച്ചവർ. അവരാണ് ഇന്നുകാണുന്ന പുതിയ ആകാശവും പുതിയ ഭൂമിയും സൃഷ്ടിച്ചത്.

യാചനായാത്രയെപറ്റി വി.ടി.

'കാരണവന്മാരുടെ കനിവു പോരായ്കകാരണം വിദ്യാഭ്യാസവി ഷയത്തിൽ അനവധി കുട്ടികൾക്കു കഷ്ടപ്പെടേണ്ടിവരുന്നുണ്ടെന്ന പച്ചപ്പുരമരാർത്ഥം ആർക്കും അറിയാമല്ലോ. ഇവരുടെ രക്ഷയ്ക്കായി ഏതാനും പൈതങ്ങളോട്ടുകൂടി സമുദായത്തിലെ മിക്ക പ്രഭകുടുംബ ങ്ങളിലും ചെന്ന് ഒന്നു യാചിച്ചനോക്കണമെന്നു ഞങ്ങൾ തീർച്ചപ്പെ ടുത്തിയിരിക്കുന്നു. സഭ വകയായി നടത്തി വരുന്ന തൃശിവപേരൂർ നമ്പൂതിരി വിദ്യാലയത്തിലെ വിദ്യാർത്ഥികൾ കൂടി ചുറ്റിയ മുണ്ടിന് ഇണ കൂടാതെയും അലക്കുകൂലി, വാടക വിളക്കിന് എന്ന ഇത്യാദി അത്യന്താപേക്ഷിതങ്ങളായിട്ടുള്ള നിത്യച്ചെലവിനുകൂടി വകയില്ലാ തെയും വെറും ദൈവത്തിന്റെ കുട്ടികളായി ചില സമുദായ സ്നേഹി കളുടെ ഔദ്യാര്യമാത്രാവലംബികളായി നരകിക്കുന്ന വാസ്തവം കണ്ണുള്ളവരോട് പറഞ്ഞറിയിക്കേണ്ടതില്ല. ഉൾനാടുകളിലെ സ്ഥിതി ഇതിലുമധികം ദയനീയമാണ്. പ്രകൃത്യാ കുട്ടികൾ പഠിപ്പിൽ അലസ സ്വഭാവക്കാരായ ബാലന്മാരും ഒന്ന് ഇളകിക്കഴിഞ്ഞിരിക്കുന്നു. ഇടഞ്ഞു നിൽക്കുന്ന ആന ഇടങ്കാലിലെ ചങ്ങല ആഞ്ഞുപൊട്ടി യ്ക്കുവാൻ പാട്ടപെടുന്നപോലെ തന്റെടമില്ലാത്ത കാരണവന്മാരുടെ ബന്ധനത്തിൽ നിന്നും സ്വതന്ത്രരാകുവാനായി സ്വാതന്ത്യേച്ഛക്കളായ ഉണ്ണി നമ്പൂതിരിമാർ ഉൾനാടുകളിൽ തീവ്രയത്നം ചെയ്യവരുന്നുണ്ട്.

ഇങ്ങനെയുള്ളവരെ പഠിപ്പിക്കുവാൻ മോഹിപ്പിക്കുന്നവരുടെ രക്ഷ യ്ക്കായി ഒരു നല്ല സംഖ്യ ഞങ്ങൾ ശപഥം ചെയ്തിരിക്കുന്നു. വരുന്ന വർഷാരംഭത്തിൽ നമ്പൂതിരി വിദ്യാലയത്തിൽ പഠിപ്പിനായി വന്നു ചേരുന്ന സാധു വിദ്യാർത്ഥികളുടെ ഒരു കൊല്ലത്തെ ചെലവിനുള്ള വകയേ തൽക്കാലം ഞങ്ങൾ ആവശ്യപ്പെടുന്നുള്ളൂ. ഈ യാചാന യാത്ര ഫലിച്ചാലും ഇല്ലെങ്കിലും എല്ലാ കൊല്ലവും മധ്യവേനലൊ ഴിവുകാലത്ത് ധനസഹായമാവശ്യപ്പെടുന്ന വിദ്യാർത്ഥികളുമായി ഒന്നു ചുറ്റിനടന്നു പ്രസ്തുത പിരിവ് നടത്തുന്നതായിരിക്കും. വേഷ ഭേദ വെറുപ്പോ വകവെയ്ക്കാതെ നാനാതരത്തിലിരിക്കുന്ന എല്ലാ സമുദായാം ഗങ്ങളുടെയും സഹായ സഹകരണങ്ങൾ സിദ്ധിക്കുമെന്ന് ആശിക്കുക യും അതിനായി അവരോട് ഏറ്റവും എളിയ നിലയിൽ ഇരക്കുകയും ചെയ്യുന്നു. പണത്തിനു വളരെ ക്ഷാമമുള്ള കാലമാണെന്നു ഞങ്ങൾ ക്കറിയാം. വിദ്യാർത്ഥികളുടെ ശൈശവം ആ സൗവർണ്ണകാലം വരെ കാത്തുനിൽക്കുകയില്ലല്ലോ. അതുകൊണ്ട് ഔദാര്യനിധിയായ സമുദായ സ്നേഹികളുടെ സംഭാവന ധാന്യമായാലും നാണ്യമായാലും ഞങ്ങൾ സസന്തോഷം സ്വീകരിച്ച് കാര്യം നിവർത്തിക്കുന്നതാണ്'.

(വി.ടി. രാമൻ ഭട്ടതിരിപ്പാട്ടും പാണ്ടം വാസുദേവൻ നമ്പൂതിരിയും ചേർന്ന്
നടത്തിയ അഭ്യർത്ഥന. ഉണ്ണി നമ്പൂതിരി. 1931 മാർച്ച് 13)

●

മനുഷ്യത്വമെന്ന മതം

'ദൈവാധീനം ജഗത്സർവംമന്ത്രാധീനം ഇ ദൈവതംതന്മന്ത്രം
ബ്രാഹ്മാധീനംബ്രാഹ്മണോ മ്മ ദൈവതം'

ഏഴുശപ്പനാണ് ഈ സംസ്കൃത ശ്ലോകത്തിന്റെ കർത്താവ് എന്നെനിക്കറിഞ്ഞൂകൂടാ. ആരായാലും ഒരു മനയ്ക്കലെ കാര്യസ്ഥന്റെ വായ്ക്കാറ്റം ഈ പദ്യത്തിനുണ്ടെന്നു പറയാതിരിക്കാൻ നിർവാഹമില്ല. ഇത് വി.ടി. ഭട്ടതിരിപ്പാടിന്റെ വാക്കുകളാണ്. സവർണമേൽക്കോയ്മ നിലനിർത്തുന്നതിനായി ഇത്തരത്തിലുള്ള നിരവധി സംസ്കൃത ശ്ലോകങ്ങൾ തന്നെ നിലവിലുണ്ട്. ഇവയെല്ലാം ബോധപൂർവ്വം നിർമ്മിക്കപ്പെട്ടവയാണെന്ന് എളുപ്പം മനസിലാക്കാം. എല്ലാ ജാതികളിലുള്ളവർക്കും തങ്ങളുടെ നില മേലെയാണെന്ന് സ്ഥാപിക്കാനുള്ള ശ്രമം കാണാം. നായർ തൊട്ടാൽ നമ്പൂതിരി കുളിക്കണം, ഈഴവർ തൊട്ടാൽ നായരും. പുലയർ തൊട്ടാൽ ഈഴവരും അങ്ങനെ ജാതി നിർണ്ണയിക്കുന്ന വിശുദ്ധി മനുഷ്യകുലത്തെ ഭിന്നിപ്പിച്ചു നിർത്തുന്നു.

ഭാരതീയം എന്ന വാക്കുപോലും രാഷ്ട്രീയ താത്പര്യത്തിനുവേണ്ടി ഉപയോഗിക്കുന്ന കാലത്താണ് നാം ജീവിക്കുന്നത്. താത്പര്യസം രക്ഷണത്തിനായി ദേശീയതപോലും വളച്ചൊടിക്കപ്പെടുന്നു. ഏറെ

പഴികേട്ട ജാതീയതയും അയിത്തവും കാരണം ഹിന്ദുമതത്തിൽ നിന്നും രക്ഷനേടി ആയിരങ്ങൾ മതപരിവർത്തനത്തിനവിധേയ മായി. മനുഷ്യത്വമില്ലാത്ത ഒന്നിനും നിലനിൽക്കാൻ കഴിയില്ലെന്ന തിന്റെ തെളിവാണിത്.

ഇന്ന് നാം അറിയുന്ന ഹിന്ദുമതം എത്രമാത്രം സനാതന ധർമ്മം ഉൾക്കൊള്ളുന്നു എന്ന കാര്യത്തിൽ സംശയമുണ്ട്. പലപ്പോഴും, പറയാറുണ്ട് ഈ സംസ്കാരത്തിൽ അഭിമാനം കൊള്ളണമെന്ന്. ഇതിന്റെ പ്രചാരകരുടെ പ്രവൃത്തി നമ്മെ ഭയപ്പെടുത്തുകയാണ്. ഭാരതീയ ദർശനം എന്നത് കൊണ്ട് ഏതെങ്കിലും ഒരു ചെറുഗ്രൂപ്പിനെ കുറിച്ച് പറയുന്നതല്ല. ശരിക്കും പറഞ്ഞാൽ അത്, മനുഷ്യരെ മാത്രം ഉൾക്കൊള്ളുന്ന ചിന്തയല്ല. എല്ലാ ചരാചരങ്ങളും അതിന്റെ ഭാഗമാണ്. വേദങ്ങളിൽ വിശ്വാസി, അവിശ്വാസിയെന്ന വേർതിരിവ് പോലും ഇല്ല. തത്വാധിഷ്ഠിതമായ മൂല്യങ്ങൾ ആചരിച്ചവന്ന ചില സമൂഹ ത്തിൽ നിന്നാണ് ഭാരതീയ ദർശനം ഉദയം ചെയ്തത്. തത്ത്വവും വ്യക്തിയും ഒന്നാവുന്ന പ്രക്രിയയാണിത്. ഇവിടെ, മതം എന്നത് ഇന്നുകാണുന്ന ഒരുമതത്തിന്റെ അർത്ഥത്തിലല്ല. സ്വാമി വിവേകാന ന്ദൻ ഹിന്ദുമതം എന്നുപറയുമ്പോൾ ഇന്നുകേൾക്കുന്ന ഹിന്ദുമതമേയല്ല കണ്ടത്. എല്ലാത്തിനെയും ഉൾക്കൊള്ളുന്ന ചിന്താധാരയെ വളച്ചൊ ടിക്കപ്പെടുന്നു. കണ്ണാടി പ്രതിഷ്ഠ സ്ഥാപിച്ച് വിഗ്രഹാരാധയിൽ നിന്നും മാറി നിൽക്കണമെന്ന് പഠിപ്പിച്ച ശ്രീനാരായണഗുരുവിനെ പിൻതുടർന്നവർ ഗുരുവിനെ തന്നെ പ്രതിഷ്ഠയാക്കി.

ഇവിടെ, കാറൽ മാക്സ് മതത്തെ കുറിച്ച് പറഞ്ഞത് ഓർക്ക ന്നത് ഉചിതമാവും. അതിങ്ങനെ; 'മതപരമായ സന്താപമെന്നത് അതേസമയം തന്നെ യഥാർത്ഥ സന്താപത്തിന്റെ ഒരു ബഹിർ സ്ഫുരണവും യഥാർത്ഥ സന്താപത്തിനെതിരായ ഒരു നിഷേധവും കൂടിയാണ്. മതം മർദ്ദിത ജീവിയുടെ നിശ്വാസമാണ്. ഹൃദയശൂന്യ മായ ലോകത്തിന്റെ ഹൃദയമാണത്. അതുപോലെ തന്നെ ഉന്മേഷര ഹിതമായ സാഹചര്യങ്ങളിലെ ലഹരിയുമാണത്. മതം മനുഷ്യനെ മയക്കുന്ന അവിനാണ് (കറുപ്പ്)'.

സത്യമെന്നത് മനുഷ്യനാകുന്നു

'മുഖശ്രീ വർധിപ്പിക്കുന്നതിനുവേണ്ടി മൂർച്ചയുള്ള ക്ഷുരക്ക ത്തിയുപയോഗിക്കുന്നു. എന്നാൽ, ഇന്ന് പല രാഷ്ട്ര നേതാക്കളും

മീശയോടൊപ്പം മൂക്കും ചെവിയും ചെത്തിക്കളയുന്നു. റഷ്യയും അമേരിക്കയും ഒരു പോലെ മനുഷ്യന്റെ സ്വതന്ത്രചിന്തയെ ഭയപ്പെടുന്നുവെന്നും ആ ഭയം വളർന്ന വളർന്ന വരുന്നുമെന്നുമാണ് ഓരോ പ്രഭാതപതിപ്പുകളിലും നാം വായിക്കുന്നത്. ആഫ്രിക്കയിലാവട്ടെ തൊലിയുടെ നിറഭേദത്തെ ആധാരമാക്കിയാണ് മനുഷ്യനെ നായാടിപ്പിടിച്ച വെടിവെച്ചുകൊല്ലുന്നത്. സിലോണിലും അത്തരമൊരു പ്രവണതയുടെ ബീജാവാപമാണ് നാം കാണുന്നത്. തത്ത്വശാസ്ത്രങ്ങളേക്കാൾ മനുഷ്യനാണ് പ്രധാനമെന്ന് ആദ്യത്തെ വിഭാഗവും തൊലിയുടെ വർണഭേദം രക്തത്തിനില്ലെന്നും രണ്ടാമത്തെ വിഭാഗവും മറന്നുപോയിരിക്കുന്നു' വി.ടി.യുടെ ഈ വാക്കുകൾ മനുഷ്യനെ തിരിച്ചറിയുന്ന ലോകത്തിനായുള്ള അന്വേഷണമാകുന്നു. മനുഷ്യകുലം അധികാരത്തിന്റെ വഴിയിലെത്തുമ്പോൾ മൂല്യനിരാസത്തിന്റെ വക്താക്കളാകുന്നുവെന്ന് വി.ടി. വിശ്വസിച്ചു. ആറ്റത്തിന്റെ ശക്തികൊണ്ട് ഔഷധം ഉണ്ടാക്കുന്നതിനുപകരം ബോംബുണ്ടാക്കുന്നതുതന്നെ അധികാരം നിലനിർത്താൻ വേണ്ടിയാണ്. എല്ലാവർക്കും ചിന്തിക്കാനും പറയുവാനും പ്രവർത്തിക്കുവാനും അങ്ങനെ വളരാനും കൂടി അവസരം നൽകുന്ന തുറന്ന ആകാശത്തെയാണ് വി.ടി. സ്വാതന്ത്ര്യം എന്നുവിളിക്കുന്നത്. അത്തരമൊരു ലോകത്ത് ഭയമാകുന്ന കഴുകന്റെ ചിറകടി ശബ്ദം കേൾക്കുകയില്ല.

നവ സാമൂഹിക സങ്കൽപം

കൊടികുത്തി വാഴുന്ന എല്ലാ അനീതികളും അവസാനിക്കുവാൻ പുതിയ സാമൂഹിക സങ്കൽപം ഉയർന്നുവരണമെന്ന് വി.ടി. ചിന്തിച്ചു. അതുപ്രകാരം, ഭൂമി കൃഷിക്കാർക്കു വിട്ടുകൊടുക്കണം. ഓരോആൾക്കും ഉപയോഗിക്കാവുന്ന പുതിയ യന്ത്രോപകരണങ്ങൾ കണ്ടെപിടിച്ച വ്യവസായങ്ങളെ വളർത്തിയെടുക്കണം. അങ്ങനെ വരുമ്പോൾ ഉൽപാദന പ്രക്രിയുടെ ഭാഗമാകാതെ ഉപഭോക്താവായി മാത്രം കഴിയുന്ന സമൂഹം ഇല്ലാതാവും. കൂടുതൽ ഒഴിവുസമയങ്ങൾ വേണം. ഇതാകട്ടെ കലാപ്രവർത്തനങ്ങളിലും വ്യായാമോത്സവങ്ങളിലും ചെല വഴിക്കണം. ഇത്തമൊരു സാഹചര്യത്തിലാണ് നമ്മുടെ സംസ്കാരം പൂർണ വളർച്ചയിലെത്തുക. ഇത്തരമൊരു പ്രവർത്തിയിലൂടെ ഓരോ മനുഷ്യനും തന്നിലുള്ള ഈശ്വരത്വത്തെ തിരിച്ചറിയാൻ കഴിയുന്നു. ഇത്തരമൊരു സാമൂഹിക ക്രമത്തിന് കുറുക്കവഴികളില്ലെന്ന് വി.ടി.

ചിന്തിക്കുന്നു. 'രാഷ്ട്രത്തിനുമുൻപിൽ മനുഷ്യർക്ക് ഉച്ചനീചത്വമി ല്ല. അവരവരുടെ വികാരങ്ങൾക്കും പ്രവർത്തന ശുദ്ധിക്കുമാണ് പ്രാധാന്യം. അത്തരമൊരു പുതിയ സാമൂഹിക ക്രമം വാർത്തെടുക്കുക എന്നതാണ് നമ്മുടെ രാഷ്ട്ര സങ്കൽപം. ഈ പ്രക്രിയയിൽ അനർഹങ്ങ ളായ പലരും പിൻതള്ളപ്പെട്ടും. മതേതരരാഷ്ട്രത്തിലെ പൊതുമുതൽ അമ്പലങ്ങൾക്കും പള്ളികൾക്കും സന്യാസിമഠങ്ങൾക്കും മറ്റ് അനാ ചാരങ്ങൾക്കുമായി വിനിയോഗിക്കപ്പെടാനുള്ളതല്ല. തലമുറതലമു റയായി നാം ശീലിച്ചപോന്ന ജാത്യാചാരങ്ങളും അസ്പൃശ്യതകളും നാം ഇടച്ചുനീക്കേണ്ടതുണ്ട്' വി.ടി. ഈ വാക്കുകൾ അദ്ദേഹം വെച്ചു പുലർത്തിയ ചിന്തയുടെ വിശാലത ബോധ്യപ്പെടുത്തുന്നു. പക്ഷേ, നമ്മുടെ ചരിത്രകാരന്മാരിൽ പലരും കേവലം അടുക്കളയിൽ നിന്നും അരങ്ങത്തേക്ക് എന്ന നാടകത്തിന്റെ കർത്താവോ യോഗക്ഷേമ സഭയുടെ പ്രവർത്തകനോ മാത്രമായി വിശേഷിപ്പിച്ചത് കാണാറുണ്ട്. എന്നാൽ, താനുൾപ്പെടുന്ന ലോകത്തെ കുറിച്ച് തന്റെതായ ഇസം തന്നെ വി.ടി. രൂപപ്പെടുത്തിയിരുന്നു. അദ്ദേഹത്തിന്റെ വാക്കും പ്ര വർത്തിയും ബോധ്യപ്പെടുത്തുന്നത് അതാണ്.

●

അവരെ,
അരങ്ങിലെത്തിക്കുമ്പോൾ...

'വി'വർത്തനങ്ങളിലും പ്രഹസനങ്ങളിലും മറ്റും ഒതുങ്ങി നിൽക്കു കയും തമിഴ് സംഗീതനാടകങ്ങളിൽ മയങ്ങിക്കിടക്കുകയും ചെയ്ത മലയാളനാടകം തനതായൊരു വ്യക്തിത്വത്തിന്റെ ചുവടുറപ്പിച്ച് തുടങ്ങിയത് 1930നോട്ടുകൂടിയാണ്. പുരോഗമനോന്മുഖമായ രാഷ്ട്രീയ ചിന്താധാരകളും സാമൂഹിക പ്രശ്ന്നങ്ങളുമാണ് ഇത്തരമൊരുപരിവർത്ത നത്തിന് പ്രേരകമായ മുഖ്യഘടകങ്ങൾ. എഴുത്തുകാരന്റെ സാമൂഹിക പ്രതിജ്ഞാബന്ധത ഒരു യാഥാർത്ഥ്യമായി പരിണമിച്ചു എന്ന വസ്തുത ഇവിടെ ശ്രദ്ധിക്കേണ്ടതുണ്ട്. വി.ടി. ഭട്ടതിരിപ്പാടിന്റെ 'അടുക്കളയിൽ നിന്ന് അരങ്ങത്തേക്ക്'(1930) എന്ന സാമൂഹിക നാടകം ഈ പുരോ ഗതിക്ക് തുടക്കം കുറിച്ചു. നമ്പൂതിരി സമുദായത്തിലെ സ്ത്രീകളുടെ ദുരിതജീവിതം മൂർത്തമായി അനാവരണം ചെയ്യുന്ന ഈ നാടകം സാമൂഹിക പരിവർത്തനത്തിലുള്ള ആഹ്വാനം മുഴക്കി'

എരുമേലി പരമേശ്വരൻ പിള്ള (മലയാള സാഹിത്യം കാലഘട്ടങ്ങളിലൂടെ).

'പുരുഷന്റെ നേതൃത്വത്തിൽ നടന്ന സ്ത്രീവിമോചന പ്രസ്ഥാനം' എന്ന് വി.ടി.യുടെ പ്രസ്ഥാനത്തെ വിശേഷിപ്പിക്കാം. ഇരുപതാം

നൂറ്റാണ്ടിൽ കേരളത്തിൽ നടന്ന നമ്പൂതിരിയുടെ മറ്റ പരിഷ്കരണ പ്രസ്ഥാനത്തിൽ പാർശ്വവിഷയമായയല്ല, കേന്ദ്ര ബിന്ദുവായി തന്നെ നിലകൊണ്ടു. അത്, സ്ത്രീയെ സംബോധന ചെയ്തു. അവളോട് സംവദിച്ചു. സ്ത്രീയുടെ വിട്ടതിയും സമുദായത്തിന്റെ വിടുതിയും പരസ്പരം ഇണങ്ങി നിൽക്കുന്നു എന്ന് തിരിച്ചറിഞ്ഞിരുന്നു. സ്ത്രീയുടെ പ്രശ്നം പുരുഷന്റെ പ്രശ്നവും സമുദായത്തിന്റെ പ്രശ്നവും കലയുടെ പ്രശ്നവും മാനുഷിക മൂല്യങ്ങളുടെ പ്രശ്നവും ആകുന്ന ഗംഭീരമായ ഒരൊറ്റ നൂലിൽത്തുടർച്ച ആ പ്രസ്ഥാനത്തിനുണ്ടായിരുന്നു. അതുകൊണ്ടാണ് സമൂഹത്തിന്റെയെന്നപോലെ എഴുത്തിന്റെയും ഉൾഘടനകളെ ഉലച്ചുണർത്തിക്കൊണ്ട് കേരളത്തിലെ നവോത്ഥാന ചരിത്രത്തില പ്രധാനപ്പെട്ട ഒരധ്യായമായി മാറി'

കെ.സി. നാരായണൻ (വേരുണങ്ങാത്ത വാക്ക്, വി.ടി. യുടെ സമ്പൂർണ കൃതികളുടെ അവതാരികയിൽ നിന്ന്).

'ചന്തുമേനോന്റെ ഇന്ദുലേഖയിലും പിൽക്കാലത്ത് വി.ടി. ഭട്ടതിരി പ്പാടിന്റെ 'അടുക്കളയിൽ നിന്ന് അരങ്ങത്തേക്ക്' എന്ന നാടകത്തി ലും മുത്തിരിങ്ങോടന്റെ അപ്ഫന്റെ മകൾ എന്ന ആഖ്യായികയിലും എം.പി. ഭട്ടതിരിപ്പാടിന്റെ (പ്രേംജി) ഋതുമതിയിലും ലളിതാംബിക അന്തർജ്ജനത്തിന്റെയും മറ്റും കഥകളിലും വിവരിക്കുന്ന നമ്പൂതിരി സ്ത്രീകളുടെ ദയനീയാവസ്ഥയും വൃദ്ധവിവാഹം, ബഹുഭാര്യാത്വം മുതലായവയും ജന്മിത്വം സൃഷ്ടിക്കുന്ന ജീർണ്ണതയും പരിഹാരത്തി നും പരിഷ്കാരത്തിനും വേണ്ടി മുറവിളിക്കുട്ടുന്ന പ്രശ്നങ്ങളായിരുന്നു. നായന്മാരും ക്രിസ്ത്യാനികളും പിന്നോക്ക വിഭാഗക്കാരായ ഈഴവർ പോലും ആധുനിക വിദ്യാഭ്യാസം നേടി സമൂഹപദവികളിലേക്ക് ഉയരുമ്പോൾ നമ്പൂതിരി സ്ത്രീകൾക്ക് മാത്രമല്ല പുരുഷന്മാർക്കും ആധുനിക വിദ്യാഭ്യാസം നിഷിദ്ധമായി കരുതിയിരുന്ന'

പി. ഗോവിന്ദപിള്ള (കേരള നവോത്ഥാനം ഒരു മാർക്സിസ്റ്റ് വീക്ഷണം).

കേരളത്തിന്റെ നവോത്ഥാന ചരിത്രം പഠനവിധേയമാക്കിയവർ ക്ക് നാടകത്തെ മാറ്റി നിർത്താൻ കഴിയില്ല. അത്രയേറെ സ്വാധീന മാണ് ഈ മണ്ണിൽ നാടകത്തിനുള്ളത്. ഒരു നാടകം ഒരു പ്രസ്ഥാ നത്തിന്റെ ചരിത്രം തന്നെയായി തീർന്ന അപൂർവ്വം സംഭവങ്ങളേ കാണൂ. അതിലൊന്നാണ് നമ്പൂതിരി സമുദായത്തിനിടയിൽ അടിമുടി മാറ്റത്തിന് തുടക്കം കുറിച്ച പ്രസ്ഥാനമാണ് 1908ൽ രൂപവത്കരിച്ച 'യോഗക്ഷേമ സഭ'. പുതിയകാലത്ത് യോഗക്ഷേമസഭയുടെ ചരിത്രം

പരിശോധിക്കുമ്പോൾ അത്, വി.ടി. ഭട്ടതിരിപ്പാടിന്റെ 'അടുക്കളയിൽ നിന്ന് അരങ്ങത്തേക്ക്' എന്ന നാടകത്തിന്റെ ചരിത്രമാണ്. കാലം ആവശ്യപ്പെട്ട നാടകമെന്നോ അനിവാര്യമായ സാമൂഹിക പ്രക്രി യയെന്നോ ഈ നാടകത്തെ വിളിക്കേണ്ടിവരും. കാരണം അത്ത രമൊരു നാടകമില്ലെങ്കിൽ നമ്മുടെ നവോത്ഥാന ചരിത്രം തന്നെ മറ്റൊരുതരത്തിലായി മാറിപോകുമായിരുന്നു. 20ാം നൂറ്റാണ്ടിന്റെ ഇടക്കത്തിലാണ് നമ്പൂതിരി സമുദായത്തിലും മാറ്റത്തിനായുള്ള പ്ര വർത്തനങ്ങൾ ആരംഭിച്ചത്.

എൻ.എസ്.എസ്, എസ്.എൻ.ഡി.പി. എന്നീ സംഘടനകളുടെ സമുദായ നവോത്ഥാനത്തിന്റെ പാതയിൽ സഞ്ചരിച്ച തുടങ്ങി യപ്പോൾ നമ്പൂതിരി സമുദായം കാഴ്ചക്കാരായിനിന്നു. എന്നാൽ, ഏറെകാലം നോക്കി നിൽക്കാൻ കഴിഞ്ഞില്ല. നാടാകെ ഒരു പൊളി ച്ചെഴുത്തിന് പാകപ്പെട്ടപ്പോൾ മാറി നിൽക്കാൻ കഴിയുമായിരുന്നില്ല. അങ്ങനെയാണ് യോഗക്ഷേമ സഭയുടെ പ്രഥമയോഗം ചെറുമുക്ക് വൈദികന്റെ ഇല്ലത്തിൽ വെച്ച് ദേശമംഗലം ശങ്കരൻ നമ്പൂതിരി പ്പാടിന്റെ അധ്യക്ഷതയിൽ ചേർന്നത്. പിന്നീടാണ് ബഹുഭാര്യാത്വ ത്തെ നിരോധിക്കുക, വൃദ്ധവിവാഹം തടയുക, വിധവാ വിവാഹം നടപ്പിലാക്കുക, കുടുംബത്തിലെ മൂത്തമകൻ മാത്രം സ്വജാതിയിൽ നിന്നും വിവാഹം കഴിക്കുക എന്നീ ദുരാചാരങ്ങൾക്കെതിരെ പ്രവർ ത്തിച്ചു. സംഘടനയുടെ നയനിലപാടുകൾ അവതരിപ്പിക്കാൻ 1911ൽ യോഗക്ഷേമം എന്ന പേരിൽ ഒരു വാർത്താപത്രിക ആരംഭിച്ചു.

1915ൽ നമ്പൂതിരിമാർക്കിടയിൽ ഇംഗ്ലീഷ് വിദ്യാഭ്യാസം എത്തി ക്കുന്നതിനായി ശ്രമിച്ചു. 1920 ആവുമ്പോഴേക്കും ഉണ്ണി നമ്പൂതിരി വാരിക ആരംഭിച്ചു. വി.ടിയുൾപ്പെടെയുള്ള പുരോഗമനവാദികൾ സംഘടനയ്ക്ക് ഊർജവും ആവേശവുമായി. 1930കളിൽ കോൺഗ്രസ്, സോഷിലിസ്റ്റ് പ്രസ്ഥാനങ്ങൾ നാട്ടിലാകെ മാറ്റത്തിന്റെ കാറ്റ് വീശി യപ്പോൾ യോഗക്ഷേമസഭ കൂട്ടമ മുറിക്കൽ, വിധവാവിവാഹം, വൃദ്ധ വിവാഹം തടയൽ എന്നീ പ്രവർത്തനങ്ങളിൽ മുഴുകുകയായിരുന്നു. ഇതിന്റെ അലയൊലികൾ അക്കാലത്തെ സാഹിത്യപ്രവർത്തന ത്തിലും നിറഞ്ഞുനിന്നു. ഇതിന്റെ തുടർച്ചയായി കർഷക സമരങ്ങൾ സജീവമായി. പുതിയ കാർഷിക രീതി വന്നു. ഇതോടെ, എല്ലാ സമുദായങ്ങൾക്കൊപ്പം നമ്പൂതിരി ജീവിതവും മാറി.

ജീവിതത്തിന്റെ കണ്ണാടി

'ജീവിതത്തിന്റെ പ്രതിഭാസങ്ങൾ പ്രതിഫലിപ്പിക്കുന്ന കണ്ണാടി യാണ് കല എന്നാണെന്റെ ബോധം. ശ്രവ്യകലയില്ലൂടെ നമുക്കതിന്റെ നാദം മുഴങ്ങികേൾക്കാം. ദൃശ്യകലയില്ലൂടെ അതിന്റെ ചലനം നോക്കി കാണാം. അങ്ങനെ, ഒരാത്മാവിന്റെ വൈരൂപ്യവും സൗന്ദര്യവും ആകർഷണീയമായി ആവിഷ്ക്കരിക്കപ്പെട്ടമ്പോൾ അവാച്യമായ ഒരാ നന്ദാനഭ്രതിയില്ലൂടെ പ്രേക്ഷകൻ തന്നിലേക്ക് ചുഴിഞ്ഞുനോക്കാൻ പ്രേരിതനായിത്തീരുന്നു. അവിടെ, അമാനഷികമായ സംസ്കാര ത്തിന്റെ നാമ്പുകിളിർത്തുവരുന്നു. നിറഞ്ഞ ജീവിതത്തിൽ നിന്നും ചീന്തിയെടുത്ത ഇതിവൃത്തത്തില്ലൂടെ വൈകാരിക സംഘട്ടനങ്ങളുടെ ഊഷ്മളത പ്രേക്ഷക ഹൃദയത്തെ തരളിതമാക്കാൻ പര്യാപ്തമാവ്വമെ ങ്കിൽ ആകലാസൃഷ്ടി വിജയിച്ചതായി പ്രഖ്യാപിക്കപ്പെട്ടും; നാടക കർത്താവ് അഭിനന്ദിക്കപ്പെട്ടുകയും ചെയ്യും' വി.ടി. ഭട്ടതിരിപ്പാടിന്റെ കലാസങ്കൽപമാണിത്. ഈ ചിന്തയിൽ നിന്നാണ് അടുക്കളയിൽ നിന്ന് അരങ്ങത്തേക്കിന്റെ പിറവി. കാരണം, ആ നാടകത്തിൽ അക്കാലത്തെ നമ്പൂതിരി സ്ത്രീകൾ തങ്ങളെ തന്നെ കണ്ടെത്തുകയാ യിരുന്നു. സ്വയം വിമർശനത്തിനും നവീകരണത്തിനുമുള്ള വഴിയാ യിത്തുമാറി.

1930കൾ മുതൽ മലയാള നാടകം നവോത്ഥാനത്തിന്റെ വഴി വെട്ടുകയായിരുന്നു. അടുക്കളയിൽ നിന്ന് അരങ്ങത്തേക്കിനൊപ്പം എം.ആർ.ബിയുടെ 'മറക്കുടയ്ക്കുള്ളിലെ മഹാനരകം', എം.പി. ഭട്ടതിരി പ്പാടിന്റെ 'ഋതുമതി' എന്നീ നാടകങ്ങൾ നമ്പൂതിരി സമുദായത്തിൽ പുതിയ ചിന്തകൾക്ക് കളമൊരുക്കി. ഒപ്പം, സമൂഹത്തിൽ കാർഷിക സമരങ്ങൾ സജീവമായി. ഈ പശ്ചാത്തലത്തിലാണ് 1937ൽ പൊന്നാനി കർഷക സമ്മേളനത്തിൽ അവതരിപ്പിക്കുന്നതിനായി കെ. ദാമോദരൻ 'പാട്ടബാക്കി' രചിച്ചത്. ഇത്, മലയാളത്തിലെ ആദ്യത്തെ രാഷ്ട്രീയനാടകമായി മാറി. ഇതിന്റെ ഇടർച്ചയായി രാഷ്ട്രീയ നാടകങ്ങളുടെ വേലിയേറ്റം തന്നെ നടന്നു. ഇടശേരി ഗോവിന്ദൻ നായരുടെ 'കൂട്ടുകൃഷി', കേശവദേവിന്റെ 'പ്രധാനമന്ത്രി', 'ഞാനിപ്പ കമ്മ്യൂണിഷ്ടാവും', പൊൻകുന്നം വർക്കിയുടെ 'ജേതാക്കൾ', 'വിശറിക്ക കാറ്റുവേണ്ട', തോപ്പിൽ ഭാസിയുടെ 'നിങ്ങളെന്നെ കമ്മ്യൂ ണിസ്റ്റാക്കി', 'മുടിയനായ പുത്രൻ', 'ഒളിവിലെ ഓർമ്മകൾ', സി.ജെ. തോമസിന്റെ 'വിഷവൃക്ഷം', ചെറുകാടിന്റെ 'നമ്മളൊന്ന്', പി.ജെ.

ആൻറണിയുടെ 'ഇൻക്വലാബിന്റെ മക്കൾ' എന്നിങ്ങനെ രാഷ്ട്രീയ നാടകങ്ങളുടെ ഒഴുക്കായിരുന്നു.

ഇത്തരം നാടകങ്ങളെല്ലാം തന്നെ, ഗ്രാമീണവേദികളിലല്ല നടന്നത്. ശരിക്കും സാധാരക്കാരന്റെ ഹൃദയവേദിയിലായിരുന്നു നാടകം കളിച്ചത്. അതുകൊണ്ടാണ് ജനതയും നാട്ടും നാടകത്തി നൊപ്പം സഞ്ചരിച്ചത്.

'അട്ടക്കളയിൽ നിന്ന് അരങ്ങത്തേക്ക്' നാടകത്തിന് കെ. കേളപ്പൻ എഴുതിയ അവതാരികയിൽ പറയുന്നു. 'ഈ നാടകം അക്കാലത്ത് ഒരാറ്റംബോബായിരുന്നു. ഒരുവകമാറ്റങ്ങൾക്കും വിധേ യരാവാതെ അന്ധതയിൽ ആണ്ടുകിടന്നിരുന്ന നമ്പൂതിരി സമുദായ ത്തിൽ അതൊരു കോളിളക്കമുണ്ടാക്കി. നമ്പൂതിരി സമുദായത്തിന്റെ അന്നത്തെ നില നല്ലതുപോലെ മനസിലാക്കിയിട്ടുള്ളവർക്കുമാത്രമേ എത്ര വമ്പിച്ച ശക്തിയോടെയാണ് ആ കൃശഗാത്രൻ സമരം നടത്തി യതെന്നു മനസിലാക്കാൻ കഴിയൂ'.

●

'പാവങ്ങൾ' സ്വാധീനിക്കുമ്പോൾ

പത്തൊൻപതാം നൂറ്റാണ്ടിൽ ഫ്രഞ്ച് സാഹിത്യത്തിലെ ഏറ്റവും സമുന്നതനായ എഴുത്തുകാരനാണ് വിക്ടർ യൂഗോ. ഇദ്ദേഹത്തിന്റെ പാവങ്ങൾ എന്ന നോവൽ വി.ടി. തന്നെ ഏറെ സ്വാധീനിച്ച പുസ്തകമായി വിലയിരുത്തുന്നു. നാലപ്പാട്ട് നാരായണ മേനോൻ മലയാളത്തിലേക്ക് വിവർത്തനം ചെയ്ത ഈ കൃതി വി.ടിയിലെ സമൂഹിക കാഴ്ചപ്പാട് രൂപപ്പെടുന്നതിൽ വലിയ പങ്കുവഹിച്ചിരിക്കണം. എല്ലാറ്റിലുപരി മനുഷ്യസ്നേഹത്തിന്റെ കഥ തന്റെ പ്രത്യയശാസ്ത്രമായി വി.ടി. ഉയർത്തി കാണിക്കുകയാണ്. വി.ടി.യെ 'പാവങ്ങള'മായി അടുപ്പിച്ചത് മംഗളോദയം അച്ചുകൂടമാണ്. 1923ൽ മംഗളോദയം അച്ചുകൂടം യോഗക്ഷേമം കമ്പനിയിൽ ലയിച്ചപ്പോൾ അവിടെ വി.ടി. ജോലി ചെയ്തിരുന്നു. അക്കാലത്ത് പാവങ്ങൾ മംഗളോദയത്തിൽ നിന്നാണ് അച്ചടിച്ചത്. മലയാള ഭാഷയിലേക്ക് പിറന്നുവീഴുന്ന ഈ കൃതിയെ അടുത്തറിയാൻ വി.ടി.ക്ക് കഴിഞ്ഞു. അതുകൊണ്ട് തന്നെ, പാവങ്ങളെ കുറിച്ച് സവിസ്തരം പറഞ്ഞുവെക്കുന്നു. പുതിയൊരു നീതി ശാസ്ത്രം ലോകത്തിന് ബോധ്യപ്പെടുത്തികൊടുക്കുന്ന കൃതിയാണിത്. വായനയുടെ ലോകത്തും ചിന്തയുടെ ലോകത്തും പുതിയ വഴി തുറന്ന ഈ നോവൽ വി.ടി.യിൽ രൂപം കൊണ്ട കാഴ്ചപ്പാടുകളെ കൂടുതൽ തെളിച്ചമുള്ളതാക്കാൻ സഹായിച്ചുകാണണം.

ശരിയും തെറ്റും

ശരിക്കും പറഞ്ഞാൽ ശരി, തെറ്റുകളുടെ അളവുകോൽ ആരാണ് കണ്ടെത്തിയത്. അല്ലെങ്കിൽ എങ്ങനെയാണ് വേർതിരിച്ച നിർത്തുന്നത്. ഒരുപക്ഷേ, പുതിയകാലത്ത് ഏറെ കുഴക്കുന്ന ചോദ്യമാണ്. ഇവിടെയാണ് നിങ്ങൾ മനുഷ്യപക്ഷത്തുനിൽക്കുന്നുവോ? എന്ന ചോദ്യം ഉയരുന്നത്. അങ്ങനെയെങ്കിൽ ഇരകൾക്കൊപ്പം വേദനി ക്കുന്നവർക്കൊപ്പം നിൽക്കലാവും ശരിയെന്നുവരും. വി.ടി. പറയുന്ന തിങ്ങനെ,

'പതിനെട്ടും പത്തൊമ്പതും നൂറ്റാണ്ടുകളിലെ ശൈലിയിൽ പടുത്തുയർത്തിയ അതിന്റെ മതിലകത്തു കടന്നുകൂടുവാൻ തെല്ലിട എനിക്ക് സംശയിച്ച നിൽക്കേണ്ടതായി വന്നിട്ടുണ്ട്. ഭാഗ്യമെന്നപറ യട്ടെ, ചക്രവാളത്തിലെ അഗ്നിനക്ഷത്രം പോലെ മുനിഞ്ഞു കത്തുന്ന ഒരു കെടാവെളിച്ചം എന്റെ കണ്ണിലലിഞ്ഞു. ഡി.യിലെ മെത്രാൻ അധിവസിക്കുന്ന ഋഷികവാടത്തിൽ നിന്നായിരുന്നു ആ പ്രകാശം പ്രഭചൊരിഞ്ഞിരുന്നത്. മഹർഷിതുല്യനായ മെത്രാന്റെ രൂപരേഖ ആ ദീപപ്രഭയിൽ തെളിഞ്ഞുവരുന്നത് ഞാൻ നോക്കി നിൽക്കുകയാ യിരുന്നു. അപ്പോഴാണ് ആ സ്വത്വ വിശേഷം കയറി വന്നത്. ഴാങ് വാൽ ഴാങ്ങാണ് അയാൾ. പൂർവ്വാർജിത കൈമുതലൊന്നും കൂടാതെ സമുദായത്തിലേക്ക് കയറിക്കൂടുന്ന അനേകം നിർഭാഗ്യവാന്മാരിൽ ഒരാളായി അയാളും ഭൂമിയിൽ വന്നു ജനിച്ചപോയി. എന്താവശ്യ ത്തിന്? മറ്റുള്ളവരെപ്പോലെ അയാളും അതിനെപ്പറ്റി ചിന്തിച്ചില്ല.

അതിശൈശവത്തിൽ അച്ഛനമ്മമാർ മരിച്ചതിനാൽ പട്ടമരം പോലെ അയാൾ വളർന്നുവന്നു. മുതിർന്ന ശേഷം ക്ലിപ്പണിചെ യ്ത് തന്നെ വളർത്തിക്കൊണ്ടുവന്ന സഹോദരിയുടെയും അവരുടെ കിടാങ്ങളുടെയും ജീവിതം ഉന്തിക്കൊണ്ടുപോന്നു. ഈ അർധപ ട്ടിണിക്കിടയിൽ വിശപ്പുകാരണം പീടികയിൽ കയറി ഒരപ്പം മോഷ്ടിക്കാനുള്ള ദുര്യോഗം അയാൾക്കുണ്ടായിരുന്നു. ആ ദുഷ്കർമ്മം അയാളെ ജയിലിലെത്തിച്ചു. പേടിച്ചരണ്ടും തേങ്ങിക്കരഞ്ഞും ഴാങ് വാൽ ഴാങ് തുറങ്കിനുള്ളിലേക്ക കടന്നു. വിജ്ഞാനത്തിന്റെ വെളിച്ചം അന്ന് അയാളിൽ പ്രവേശിച്ചിരുന്നില്ല. എന്നാൽ, പ്രകൃതിദത്തമായ പ്രകാശം അയാളുടെ ഹൃദയത്തിന്റെ അഗാധതയിൽ മുനിഞ്ഞു കത്തി ക്കൊണ്ടിരുന്നു. അയാൾക്കനുഭവിക്കേണ്ടി വന്ന എല്ലാറ്റിനെപ്പറ്റിയും ആ മങ്ങിയ പ്രഭയിലിരുന്ന് പരിശോധിച്ചു.

വിശപ്പുകൊണ്ടാണെങ്കിലും മോഷണം, മോഷണം തന്നെയാണെ
ന്ന് അയാൾ സമ്മതിച്ചു. പക്ഷേ, ശിക്ഷയുടെ കാഠിന്യംകൊണ്ട് മന
ഷ്യമനസിലെ മരവിപ്പിക്കുന്നത് പരമദുഷ്ടമാണെന്നയാൾ തീർച്ചപ്പെ
ടുത്തി. അയാളുടെ അന്തരാത്മാവിൽ അമർഷത്തിന്റെ ഒരഗ്നികുണ്ഡം
വളർന്നുവരികയായിരുന്നു. വ്യസനകരമെന്നേ പറയേണ്ടൂ ജയിൽ
ജീവിതം അയാളെ നന്നാക്കുവാനല്ലാ, അയാളിൽ പതിയിരുന്ന
മൃഗീയതയെ ഉണർത്താനേ ഉപകരിച്ചുള്ളൂ. തടവുശിക്ഷ കഴിഞ്ഞു
പുറത്തുവരുന്ന ഏതു തടവുപുള്ളിയും ജനമധ്യത്തിൽ അപഹാസ്യ
നും ആപൽക്കാരിയുമായി കണക്കാക്കപ്പെട്ട കാലമായിരുന്നു അന്ന്.
അനുവാദപത്രവുമായി പുറത്തു കടന്ന ഴാങ്വാൽ ഴാങ്ങിനെ ആളുകൾ
ആട്ടിയോടിച്ചു. പണത്തിനുവിശ്രമവും താവളവും തരുന്ന ഹോട്ട
ലുകൾ, സൗശീല്യം നിറഞ്ഞ വീട്ടമ്മറങ്ങൾ, എന്തിനേറെ നായ്ക്കൂട്ട
പോലും അയാളുടെ നേരെ വാതിൽകൊട്ടിയടച്ച്. ഇവിടെ നിന്നാണ്
അയാൾ മെത്രാന്റെ വാസസ്ഥലത്ത് എത്തുന്നത്. അവിടെ നിന്നും
ലഭിച്ച സ്വീകരണമാണ് മാറ്റത്തിന്റെ വഴിയിലേക്ക് നയിക്കുന്നത്.
മാനസാന്തരം വരുന്നു. പിന്നെ ഴാങ്വാൽ ഴാങ്ങ് പുതിയ മനുഷ്യ
നാണ്. ഏറെ പ്രലോഭനങ്ങൾ നിറഞ്ഞതാണ് നമ്മുടെ ജീവിതം.
ഈ പെരുവഴികളിൽ നിന്നുതന്നെയാണ് സദാചാരത്തിന്റെയും
സൽകർമ്മത്തിന്റെയുമായ വഴികൾ തെളിയുന്നതെന്ന പാഠമാണ്
പാവങ്ങൾ സമ്മാനിക്കുന്നത്.

●

വഴിയിലെ വെളിച്ചങ്ങൾ

വി.ടി.യിലെ സാമൂഹിക പരിഷ്ക്കർത്താവിനെ ഉണർത്തിവിട്ടതിൽ ഏറ്റവും പ്രധാന പങ്കുവഹിച്ചത് കുട്ടിക്കാലത്തെ കുടുംബാന്തരീക്ഷം തന്നെയാണ്. പക്ഷേ, മുന്നോട്ടുള്ള വഴിയിൽ കൂടുതൽ കരുത്തുനൽകിയത് മഹാത്മാഗാന്ധി മുതൽ ശ്രീനാരായണ ഗുരുവരെയുള്ള വഴികാട്ടികളാണ്. തിയ്യാടി പെൺകുട്ടിയിൽ നിന്നും അറിവിന്റെ പുതിയലോകം സമ്പാദിച്ച വി.ടി. പിന്നീട് മനുഷ്യനെ തിരിച്ചറിയാനുള്ള യാത്രയിലായിരുന്നു. അക്കാലത്ത് നാടാകെ മാറ്റത്തിന്റെ വഴിയെ സഞ്ചരിക്കുമ്പോൾ പാരമ്പര്യത്തിന്റെ കെട്ട ലോകത്ത് അള്ളിപ്പിടിച്ച് കഴിയുന്ന തന്റെ സമുദായം കണ്ടു. മറ്റെല്ലാ ജാതി, മത കൂട്ടായ്മകളും കാലത്തിന്റെ വെളിച്ചം ഏറ്റുവാങ്ങാൻ മത്സരിക്കുന്നത് വി.ടി. അനുഭവിച്ചു. ഇവിടെയാണ് സത്യമെന്നത് മനുഷ്യനാകുന്നുവെന്ന് വി.ടി.ക്ക് പറയേണ്ടി വരുന്നത്. എല്ലായിട ത്തും വിവേചനങ്ങളുണ്ട്. ആഫ്രിക്കയിലുൾപ്പെടെ തൊലിയുടെ നിറം നോക്കി മനുഷ്യനെ കൊല്ലുകയാണ്. എന്നാൽ, തൊലിപ്പുറത്തെ നിറ വ്യത്യാസം രക്തത്തിനില്ലെന്ന് തിരിച്ചറിയാൻ കഴിയാത്ത സാമൂഹികാവസ്ഥ നിലനിൽക്കുന്നു. ഇവിടെയാണ് ചിന്തയുടെ തെളിമയുമായി പലരും വേറിട്ടവരായത്. ഈ ഗണത്തിൽപ്പെട്ടവരെ പഠിക്കാനും മനസിലാക്കാനും ഒരു പരിധിവരെ ആരാധിക്കാനും വി.ടി.ക്ക് കഴിഞ്ഞു.

●

ഗാന്ധിജിയുടെ വഴികൾ

ഗാന്ധിസത്തെ ആഴത്തിൽ പഠിക്കാൻ വി.ടി.ക്ക് കഴിഞ്ഞു. അതുകൊണ്ട് തന്നെ, ഗാന്ധിസം ഒരു പുതിയമാർഗമൊന്ന മല്ലെന്നും പൗരാണിക കാലം തൊട്ട് ഭാരതീയ ദാർശനികന്മാരിൽ നിലനിന്ന ആർഷധർമ്മം തന്നെയാണെന്ന് തിരിച്ചറിയുന്നു. ആ ചിന്തയ്ക്ക് ദേശകാലസ്ഥിതികൾക്ക് അനുയോജ്യമായ വിധത്തിൽ പുതിയ വ്യാഖ്യാനം കൊടുക്കാൻ ഗാന്ധിജിക്ക് കഴിഞ്ഞുവെന്നാണ് വി.ടി. വിലയിരുത്തൽ. അതുകൊണ്ടാണ്, ഗാന്ധിമാർഗമെന്നാണ് വിളിക്കേണ്ടത് ഗാന്ധിസമെന്നല്ല എന്ന് അഭിപ്രായപ്പെട്ടത്. ഇതാകട്ടെ, ഗാന്ധിജിയുടെ ജീവിതാനുഭവങ്ങളിൽ നിന്ന് പെറുക്കി യെടുത്ത സത്യമാണെന്നും വി.ടി. മനസിലാക്കി. സ്വന്തം ആത്മാവി നോട് ഉരച്ചനോക്കുന്ന ഒരു സ്വർണപണിക്കാരന മാത്രം തിരിച്ചറി യാവുന്ന ഒന്നായി ഇവിടെ ഗാന്ധിസം മാറുകയാണ്. നിലപാടുകളുടെ തെളിച്ചംകൊണ്ട് ഏറെ ആരാധകരെ സൃഷ്ടിച്ച ഗാന്ധിജിയുടെ അനുയായികളെ കുറിച്ച് വി.ടി. പറയുന്നു. 'അദ്ദേഹത്തിന്റെ ഏറ്റവും അടുത്ത അനുയായികളിൽപ്പോലും നന്നെ കുറച്ചപേർക്കുമാത്രമേ ഗാന്ധിമാർഗവുമായി താദാത്മ്യം പ്രാപിക്കാൻ കഴിഞ്ഞിട്ടുള്ളൂ. കഴിഞ്ഞ തലമുറയിലെ മതാചാര്യന്മാർക്കുണ്ടായ ദുര്യോഗം മഹാ ത്മജിക്കും സംഭവിച്ച. പാരാവാരപ്പരപ്പപോലുള്ള അനുയായി വർഗ ത്തിന്റെ അന്ധമായ ആരാധന ഗാന്ധിജിയെപ്പറ്റി വളരെയധികം തെറ്റിദ്ധാരണകൾ സൃഷ്ടിച്ചിരുന്നു. ഇത് ഗാന്ധിജിയുടെ കുറ്റമല്ല.

ആരാധനയിലെ അന്ധതയുടെ അപരാധമാണ്. ഗാന്ധിജിയെ ഒരു രാഷ്ട്രീയ നേതാവായല്ലാതെ സത്യാന്വേഷിയായ മനുഷ്യനായി കാണാൻ കഴിയാത്തതാണ് അനുയായികൾക്ക് പറ്റിയ അബദ്ധം. അടുത്ത സുഹൃത്തുക്കളിൽ പലർക്കും ഗാന്ധിമാർഗത്തെ ഒരു രാഷ്ട്രീയ സംഹിതയായി മാത്രമേ കാണാൻ കഴിഞ്ഞുള്ള'വെന്നാണ് വി.ടിയുടെ വിമർശനം. പൊതുജീവിതത്തിൽ ധാർമ്മിക മൂല്യങ്ങൾക്ക്, അഥവാ മനുഷ്യന്റെ അന്തസിന്, പ്രാമാണ്യം കൽപിച്ചതാണ് ഗാന്ധിജിയുടെ മഹത്ത്വമെന്നാണ് വി.ടിയുടെ നിലപാട്.

ഏറ്റവും പുതിയ കാലത്ത് മനുഷ്യജീവിതം തീർത്തും യാന്ത്രി കമായി തീർന്നപ്പോൾ, അല്ലെങ്കിൽ യന്ത്രത്തിന് അടിമപ്പെട്ട് കഴിയുമ്പോൾ വി.ടി. ഗാന്ധിജിയുടെ നിലപാടുകളെ അധികരിച്ച് നടത്തിയ നിരീക്ഷണം ശ്രദ്ധേയമാണ് അതിങ്ങനെ, 'ദേശീയപര മാധികാരവാദത്തിന്റെ അതിർ കടന്ന പ്രകടനങ്ങൾ ഇന്നും ലോക മൊട്ടൊക്കും കാണാം. ധർമ്മ ബോധം പൊതുജീവിതത്തിനൊരു കള്ളനാണയമായി ഇന്നു കരുതപ്പെടുന്നു. യന്ത്രങ്ങൾക്കെതിരായി ഗാന്ധിജി മുറവിളി കൂട്ടിയത് ഈ കാരണം കൊണ്ടാകുന്നു. യന്ത്രം മനുഷ്യനേയും യന്ത്രമാക്കുന്നു. യന്ത്രം മനുഷ്യന്റെ ഉപകരണമെന്ന തിനുപകരം മനുഷ്യൻ യന്ത്രത്തിന്റെ ഉപകരണമായി അധ:പതി ക്കുന്നത് ആപത്താണ്. ലക്ഷ്യവും മാർഗവും തമ്മിലുള്ള ബന്ധത്തെ നിർവചിക്കുന്നേടത്തും സവിശേഷമായ നിഷ്കർഷ അദ്ദേഹം ദീക്ഷി ച്ചിരുന്നു. പരിശുദ്ധമായ ഒരു ലക്ഷ്യത്തിലേക്കു പരിശുദ്ധമല്ലാത്ത മാർഗം പാടില്ലെന്നാണ് ഗാന്ധിജിയുടെ പക്ഷം. അതിരുവിട്ട ആരാ ധനയോട എഴുന്നള്ളിക്കാനുള്ള പേരല്ല ഗാന്ധിജിയെന്ന് വി.ടി. ക്കറിയാമായിരുന്നു. ജീവിതാനുഭവങ്ങളിൽ നിന്നും ഉരുത്തിരിഞ്ഞ നയവും നിലപാടുകളുമാണ് ഗാന്ധിജിയുടെ വഴി തെളിച്ചതെന്ന് നമ്മെ ബോധ്യപ്പെടുത്തുന്നു. ഇവിടെ, വി.ടി.യുടെ കാഴ്ചപ്പാടുകളും സ്വാനുഭവങ്ങളിൽ ഉരുത്തിരിഞ്ഞവയാണെന്ന് മനസിലാക്കാം.

●

'ഒരുജാതി, ഒരു മതം, ഒരു ദൈവം മനുഷ്യന്'

എത്ര ലളിതമായാണ് ശ്രീനാരായണഗുരു മനുഷ്യവംശത്തിനി ടയിലെ അതിരുകളെ മായ്ച്ചു കളഞ്ഞത്. മനുഷ്യമഹാകു ലത്തെ നോക്കി ഇരു പറഞ്ഞു 'ഒരു ജാതി, ഒരു മതം, ഒരു ദൈവം മനുഷ്യന്'. ഈ വാക്കുകള്‍ വി.ടിയെ ഏറെ സ്വാധീനിച്ച. അതിര്‍ വരമ്പുകളില്ലാതെ മനുഷ്യത്വത്തിന്റെ ലോകം സൃഷ്ടിക്കാനുള്ള ഏത് ഉദ്യമത്തെയും വി.ടി. പിന്തുണക്കും. വരും ജന്മമുണ്ടെങ്കില്ലും അതും മനുഷ്യര്‍ക്കിടയില്‍ നവോത്ഥാനത്തിനുവേണ്ടി പ്രവര്‍ത്തിക്കാന്‍ കൊതിച്ച വി.ടിയില്‍ ഗുരുവിന്റെ ചിന്തയും പ്രവര്‍ത്തിയും സ്വാധീനം ചെലുത്തി. 'ബ്രാഹ്മണാധിപത്യത്തെ ചോദ്യം ചെയ്യന്ന പല പ്രവ ണതകളും കേരളത്തില്ലുണ്ടായിട്ടുണ്ട്. ആലത്തൂരിലെ ബ്രഹ്മാനന്ദ ശിവയോഗി, ചട്ടമ്പി സ്വാമികള്‍ ഇവരൊക്കെ ബ്രാഹ്മണമേധാ വിത്വത്തെ ചോദ്യം ചെയ്യവരില്‍ പ്രാത:സ്മരണീയരാണ്. വേദം, സ്മൃതി ഇടങ്ങിയ വൈദിക സൂക്തങ്ങളൊന്നും അബ്രാഹ്മണര്‍ക്ക കേള്‍ക്കാനും കൂടി പാടില്ലെന്ന ശഠിച്ചതിന്റെ ഫലമായി വിശ്വാസ സ്വാതന്ത്ര്യത്തിന്നും പ്രവര്‍ത്തന സ്വാതന്ത്ര്യത്തിന്നും വേണ്ടി പലരും

ഇവിടെ നേരത്തെ സമരം ചെയ്തിട്ടുണ്ട്. ബ്രാഹ്മണരുടെ അനുഗ്രാഹാ ശിസ്സകൾ കൂടാതെത്തന്നെ ബുദ്ധിജീവികൾക്കും വൈദിക മന്ത്രതന്ത്ര ങ്ങൾ സ്വയം അഭ്യസിക്കുവാനുള്ള ഒരു സാഹചര്യം കേരളത്തിൽ ഏതാണ്ട് ഒരു നൂറ്റാണ്ടിനു മുൻപുതന്നെ ഉടലെടുത്തു. ഇവരുടെ ശിഷ്യപരമ്പര കേരളത്തിൽ ഇന്നുമുണ്ട്. പല സംഘടനകളും ആ ചിന്താസരണിയിൽ നിന്നും പ്രചോദനമുൾക്കൊണ്ട കേരളത്തിൽ പ്രവർത്തിക്കുന്നുമുണ്ട്.ഇങ്ങനെ ചിതറിക്കിടക്കുന്ന ചിന്താഗതികളെ ഏകോപിപ്പിച്ച് സംഘടിത രൂപത്തിൽ ഒരു നവോത്ഥാനത്തിനു നേതൃത്വം കൊടുത്ത ആളാണ് സാക്ഷാൽ ശ്രീനാരായണ ഗുരു'. ഇതാണ് ഗുരുവിനെ കുറിച്ചുള്ള വി.ടി.യുടെ നിരീക്ഷണം. ബ്രാഹ്മണ രല്ലാത്തവർക്ക് നിഷേധിക്കപ്പെട്ട വൈദിക മന്ത്രതന്ത്രങ്ങൾ സ്വയം പഠിച്ച് തന്റെ സമുദായത്തെ സാംസ്കാരികമായി ഉയർത്തുവാനുള്ള പദ്ധതി ആവിഷ്കരിച്ച നടപ്പാക്കിയത് ഗുരുദേവനാണ്.

അധികാരം നമ്പൂതിരിയുടെ കൈയിലായിരുന്നപ്പോൾ എല്ലാ അർത്ഥത്തിലും നമ്പൂതിരിയെ അനുകരിക്കാൻ എല്ലാ ജാതികളും മത്സരിച്ചപ്പോൾ ഈഴവ സമുദായം വഴങ്ങിയില്ലെന്ന് വി.ടി. പറയുന്നു. നമ്പൂതിരിമാർ കേരളത്തിലെത്തുമ്പോൾ സാമൂഹ്യരംഗത്തു മേൽ ക്കോയ്മ ഈഴവർക്കായിരുന്നു. ഈഴവരല്ലാത്ത മറ്റ സമുദായക്കാർ നമ്പൂതിരിക്ക് അടിയറവു പറഞ്ഞു. അങ്ങനെയാണ് ബ്രാഹ്മണാ ധീശത്വം സ്ഥാപിതമായത്. ഇതിനെതിരെ ഈഴവ സമുദായം പൊരുതിയെങ്കിലും വിജയിക്കാൻ കഴിഞ്ഞില്ല. ഇതോടെയാണ് ഈഴവർക്ക് ശ്രീലങ്കയിൽ അഭയം തേടേണ്ടി വന്നതെന്നാണ് വി.ടി. യുടെ നിരീക്ഷണം. പിന്നീട് ശ്രീലങ്കയിൽ നിന്നും ബുദ്ധമതാവേശം ഉൾക്കൊണ്ട് അവർ സ്വന്തം നാട്ടിലേക്ക് തിരിച്ചുവന്നു. മാമാങ്കകാല ത്തു നിളാനദിക്കരികെ പൊന്നാനിക്കടുത്ത് 'ഈഴുവത്തുരുത്ത്' എന്ന പേരിൽ പിന്നീടറിയപ്പെട്ടുന്ന സ്ഥലത്തു സംഘടിച്ച് അവർ വൈദിക മേധാവിത്വത്തോട് സമരം ചെയ്തതായി വി.ടി. പറയുന്നു. ചരിത്രനി യോഗം പോലെയാണ് ശ്രീനാരായണ ഗുരുവിന്റെ പ്രവർത്തനങ്ങൾ കേരളത്തിൽ മാറ്റങ്ങൾ വിതച്ചത്.

●

വള്ളത്തോൾ എന്ന ഉണർത്തുപാട്ട്

നമ്മുടെ സ്വാതന്ത്ര്യസമര പ്രസ്ഥാനങ്ങൾക്കെന്നപോലെ വി.ടി.യിലെ സാമൂഹിക പരിഷ്കർത്താവിനും മഹാകവി വള്ളത്തോൾ നാരായണമേനോന്റെ രചനകൾ ഉണർത്തുപാട്ടായി. അതുകൊണ്ടുതന്നെ, വള്ളത്തോളിനെ കുറിച്ച് പറയുമ്പോൾ ആയിരം നാവാണ്. തന്നിലെ വള്ളത്തോൾ കമ്പത്തെ കുറിച്ച് വി.ടി. പറയു ന്നതിങ്ങനെ, 'വള്ളത്തോൾ വരച്ചകാണിച്ച ജനജീവിതത്തിലെ വൈവിധ്യം നിറഞ്ഞ ചിത്രങ്ങൾ ഒരാൽബത്തിലെന്നോണം എന്റെ മനസിൽ ശേഖരിച്ചു. എന്റെ എഴുത്തിലും പ്രസംഗത്തിലും അദ്ദേഹ ത്തിന്റെ കവിതാശകലങ്ങൾ ഉതിരുവാൻ തുടങ്ങി. വ്യക്തി, സമുദായം, കുടുംബം ദാമ്പത്യം, സാഹിത്യം, രാഷ്ടം ഇങ്ങനെ ജീവിതയാത്രയിൽ ബന്ധപ്പെടുന്ന എല്ലാ മണ്ഡലങ്ങളിലും വള്ളത്തോളിന്റെ വർണ്ണനകൾ എന്നെ നയിച്ച തുടങ്ങി. അദ്ദേഹത്തിന്റെ ഓരോ കഥാപാത്രവും എന്നിലാവേശിച്ചു. വിരൽ ചൂണ്ടിയ എല്ലാ വസ്തുക്കളും എനിക്ക് പ്രിയങ്കരമായി. എല്ലാ തിന്മകളും തിക്തങ്ങളായി. സാമുദായിക പ്ര വർത്തനങ്ങൾക്കിടയിൽ അദ്ദേഹത്തിന്റെ ഈരടികൾ ചൂണ്ടല്യകൾ പോലെ കുറിക്കകൊള്ളുന്നതായി എനിക്കപകരിച്ചു.

'ആറുന്നൂറാവാം പൂമാന ഗൃഹിണിമാർനാരിക്ക ചാവോളമേക
പതീവ്രതംആരാർ സഹിക്കുമീ ധർമ്മം കുറിച്ചിട്ടനരാചമേ നിന്നി
രുതലക്കൂർപ്പിനെ?

എന്ന വരികൾ ഞാനും എന്റെ സഹപ്രവർത്തകരും ഒരായിരം
തവണ ഗായത്രിപോലെ ഉരുക്കഴിച്ചിട്ടുണ്ടാവും.

'എത്തേണ്ടതാമിടത്തത്തെത്തിയാലും ശരിമധ്യേ മരണം വിഴുങ്ങി
യാലും ശരിമുന്നോട്ടതന്നെ നടക്കും വഴിയിലെമുള്ളുകളൊക്കെച്ചവി
ട്ടിമെതിച്ച ഞാൻ പിന്നാലെ വന്നിട്ടും പിഞ്ചുപദങ്ങൾക്ക വിന്യാസ
വേളയിൽ വേദന തോന്നൊലാ'

എന്ന വരികൾ നമ്പൂതിരി വിദ്യാലയത്തിനുവേണ്ടി തൃശ്ശൂർ മുതൽ
കാസർകോട്ടവരെ നടത്തിയ യാചനായാത്രയിലെ മുദ്രാവാക്യമായി
മലബാർ മുഴുക്കെ മാറ്റൊലിക്കൊണ്ട്.

●

എം.ആർ.ബിയും പ്രേംജിയും

യോഗക്ഷേമ സഭയുടെ ചരിത്രത്തിൽ ഏറ്റവും പ്രസക്ത മായ ഒരു ചോദ്യം ഉന്നയിച്ചത് പാർവ്വതി നെന്മിനി മംഗലമായിരുന്നു. യോഗക്ഷേമ ഉപസഭാവാർഷികയോഗത്തിലാണ് സംഭവം. ചോദ്യമിങ്ങനെ, 'ആദർശം പ്രസംഗിച്ച നടക്കുന്നവർ നമു ക്കിടയിൽ ധാരാളമുണ്ട്. അതെളുപ്പമാണ്. സ്വന്തം പ്രവൃത്തികൊണ്ട മാതൃക സൃഷ്ടിക്കുവാൻ വെമ്പുന്ന ധീരാത്മാക്കളെയാണ് പരിവർത്ത നത്തിന്റെ ദാഹിക്കുന്ന സമുദായത്തിന് ഇന്നാവശ്യം. ഞാൻ ചോദി ക്കട്ടെ. ഒരനാഥ വിധവ പുനർവിവാഹത്തിന് ഒരുമ്പെടുകയാണെ ങ്കിൽ ആ ഭാഗ്യം കെട്ടവളെ കൈകൊള്ളാൻ നിങ്ങളിലാരെങ്കിലും തയ്യാറുണ്ടോ? എന്നായിരുന്ന ചോദ്യം. ആ സദസാകെ ച്ചുളിപ്പോയ സന്ദർഭം. ഉണ്ട് ഞാൻ തയ്യാറുണ്ടെന്ന് പറഞ്ഞ് എം.ആർ.ബി പ്രത്യ ക്ഷപ്പെട്ടു. അവിടെ കൂടിയവർക്കിടയിൽ പുതിയ ചിന്തയുടെ തിരികൊ ളുത്തലായിത്തുമാറി'. പിന്നെ, ഉമാ അന്തർജ്ജനം പുനർവിവാഹത്തിന് തയ്യാറായപ്പോൾ എം.ആർ.ബിയുടെ ശപഥം യാഥാർത്ഥ്യമായി. സ്ത്രീ ധനമില്ല. സമുദായത്തിന്റെ സഹകരണമില്ല. ഭാവിയിലേക്ക് ഉറ്റനോ ക്കുമ്പോൾ ശൂന്യതയല്ലാതെ മറ്റൊന്നും പ്രതീക്ഷിക്കാവതല്ല. എന്നിട്ടും ഈ സാഹസികതയ്ക്ക് അദ്ദേഹത്തെ പ്രേരിപ്പിച്ച ചേതോവികാരം

കേവലം മനുഷ്യപ്രേമം മാത്രമായിരുന്നുവെന്ന് വി.ടി. പറയുന്നു.

പ്രേംജി എന്ന എം.പി. ഭട്ടതിരിപ്പാട്ടം എം.ആർ.ബിയെപ്പോലെ വി.ടിയിൽ സ്വാധീനം ചെലുത്തി. ഋതുമതി എന്ന നാടകത്തിലൂടെ മാത്രമല്ല പ്രവൃത്തിയിലൂടെയും പ്രേംജി ഏവരുടെയും ശ്രദ്ധപിടിച്ച പറ്റി. തൃശിവപേരൂരിൽ നമ്പൂതിരി വിദ്യാലയത്തിന്റെ മുറ്റത്തുവെച്ച കണ്ട പ്രേംജിയെകുറിച്ച് ആവേശപൂർവ്വമാണ് വി.ടി. പറയുന്നത്. വിധവയായ കുറിയേടത്തെ ആര്യാ അന്തർജ്ജനത്തെ വിവാഹം ചെയ്ത പ്രേംജിയെ അനുമോദിക്കാനായി ഇ.എം.എസിന്റെ അധ്യ ക്ഷതയിൽ നടന്ന സമ്മേളനത്തിൽ പ്രേംജിയെ കണ്ടപ്പോൾ ധീരയോദ്ധാവിന്റെ മുഖമാണ് കണ്ടത്. ആ മുഖം ആഹ്ലാദപൂർണമാ യിരുന്നുവെന്നാണ് വി.ടി പറയുന്നത്.

●

മംഗളോദയം അച്ചുക്കൂടം

മംഗളോദയം അച്ചുക്കൂടത്തിൽ ജോലി ചെയ്യുമ്പോഴാണ് വി.ടി. മഹാകവി വള്ളത്തോൾ, പി.എസ്. അനന്തനാരായണ ശാസ്ത്രികൾ, നാലപ്പാട്ട് നാരായണമേനോൻ, എം.ആർ.കെ.സി ഇടങ്ങിയവരുമായി അടുപ്പമുണ്ടായത്. എഴുത്തിന്റെ ലോകത്തേക്കുള്ള വി.ടി.യുടെ സഞ്ചാരത്തിൽ ഊർജമായിത്തുമാറി. പത്താം വയസിൽ കൊടുങ്ങല്ലൂർ കുഞ്ഞിക്കുട്ടൻ തമ്പുരാനെ കാണാനിടയായത് ഏറെ ആവേശപൂർവം എഴുതുന്ന വി.ടി.യെ കാണാം. കുട്ടിക്കാലത്തുണ്ടായ സാഹിത്യാഭിരുചി പ്രതികൂലസാഹചര്യം നിമിത്തം ഇലകൊഴിഞ്ഞു വാടിപ്പോയെങ്കിലും മനസിൽ ഒഴുക്കിനെതിരായ നീന്തൽ വി.ടി. കൊണ്ടനടന്നിരുന്നു. കേസരി എ. ബാലകൃഷ്ണപിള്ളയെ ഇരുപതാം നൂറ്റാണ്ടിന്റെ സോക്രട്ടീസ് എന്നാണ് വി.ടി. വിശേഷിപ്പിക്കുന്നത്.

●

എഴുത്തിലെ വികാരപരത

വി.ടി.യുടെ പൊതുപ്രവർത്തനത്തെ എന്ന പോലെ എഴുത്തിനെയും ഇഴക്കമുള്ളതാക്കുന്നത് സ്നേഹകാരുണ്യകോപങ്ങൾകൊണ്ട് മിടിക്കുന്ന ഒരു മനസ്സും അതിൽ നിന്നൊഴുകി നമ്മെ ആർദ്രമാക്കുന്ന വികാരപരതയുമാണ്. ഓർത്തു നോക്കിയാൽ ഈ വികാരപരത തന്നെയാണ് എഴുത്തുകാരനായ വി.ടിയുടെയും പൊതു പ്രവർത്തകനായ വി.ടിയുടെയും സാരം എന്നുകാണാം. എഴുത്തിലൂടെ തന്റെ വായനക്കാരോട്ടും പൊതുപ്രവർത്തനത്തിലൂടെ സമൂഹത്തോട്ടും വി.ടി. സംവദിച്ച മാധ്യമമായിരുന്ന അത് കെ.സി. നാരായണന്റെ ഈ പഠനം വി.ടി.യെ അടുത്തറിഞ്ഞതിന്റെ ഉദാഹരണമാണ്. കാരണം, വി.ടി. നാടകം എഴുതി, കഥയെഴുതി, ആത്മാംശം പുരണ്ട ലേഖനങ്ങൾ എഴുതി, പ്രസംഗിച്ച. എല്ലാറ്റിലും വി.ടി.യുണ്ടായിരുന്നു. 'എന്റെ എല്ലാ കഥകളും കൂട്ടിവായിച്ചാൽ എന്റെ ജീവിതമായി എന്ന് നമ്മുടെ പല മുതിർന്ന എഴുത്തുകാരും പറഞ്ഞിട്ടുണ്ട്. ഇതു ചേർന്നു നിൽക്കുന്ന വ്യക്തിത്ത്വമാണ് വി.ടി.യുടേത്. അതുകൊണ്ട് തന്നെ കഥയും നാടകവും ലേഖനവും പ്രസംഗവും എല്ലാം താനുൾപ്പെടുന്ന സമൂഹത്തിന്റെ ഇടപെടലുകളായി മാറുന്നു. ഇതാകട്ടെ മറച്ച പിടിക്കാത്ത കാഴ്ചകളോടെ അവതരിപ്പിക്കുകയും ചെയ്യുന്ന. അതുകൊണ്ടാണ്

പൂജാവൃത്തിയിലൂടെ ജീവിതം തുടങ്ങിയ ഒരാൾക്ക് അമ്പലം തീകൊ ളുത്തണമെന്ന് പറയേണ്ടി വരുന്നത്. കാരണം, മനുഷ്യനിലേക്കുള്ള യാത്രയിൽ അമ്പലങ്ങൾ തടസമാവുന്നത് വി.ടി. കണ്ടു. വിധവാ വിവാഹം, സ്വജാതി വിവാഹം, എല്ലാറ്റിൽ നിന്നും മാറി മിശ്രവി വാഹത്തിലേക്കും കടക്കുന്നതും നാം കാണുന്നു. 1939ൽ ആദ്യമിശ്ര വിവാഹത്തിന് നേതൃത്വം നൽകുന്നതും വി.ടി.യാണ്. ഇങ്ങനെ, നിലവിളക്കിലെ തിരിപോലെ കത്തിത്തുടങ്ങിയ നവോത്ഥാന പ്ര വർത്തനം കാട്ടുതീപോലെ ആളിപടരുന്നതും ഇന്നലെ വരെ തഴച്ച വളർന്ന അനീതിയുടെ അസമത്വത്തിന്റെ ആടയാഭരണങ്ങളെല്ലാം ചാമ്പലാകുന്നതും കണ്ടു.

ഏറ്റവും പുതിയകാലത്തും ഇതിന്റെ അലയൊലികൾ നിലക്ക ന്നില്ല. അറുപതു തികഞ്ഞ കേരളത്തിൽ നിന്നും നമ്മുടെ പ്രിയപ്പെട്ട ഗാനരചയിതാവ് കൈതപ്രം ദാമോദരൻ നമ്പൂതിരി പറയുന്നു. 'എന്നെ നമ്പൂതിരിയെന്ന് വിളിക്കരുതെന്ന്. ജാതിയുടെയും മതത്തി ന്റെയും വേർതിരിവുകൾക്ക് താനെതിരാണ്. സ്നേഹമാണ് തന്റെ മതം. പത്തുവർഷമായി ജംഷീർ എന്ന യുവാവ് കൂടെ കഴിയുന്നുണ്ട്. ഞാൻ രാമായണം വായിക്കുമ്പോൾ അവൻ നമസ്കരിക്കുകയും ഖുർആൻ വായിക്കുകയും ചെയ്യുന്നു. തനിക്കും അവനും തമ്മിൽ ഒരു വ്യത്യാസവും കാണുന്നില്ല. വസുധൈവ കുടുംബകമാണ് ഭാരത്തിന്റെ പൈതൃകം'. ഇന്ന്, കൈതപ്രത്തിന്റെ വാക്കുകൾ അത്രത്തോളം അത്ഭുതപ്പെടുത്തുന്നില്ല. കാരണം, വി.ടിയെപ്പോലുള്ളവർ ഇതിന്റെ തോട്ടുകൾ പൊളിച്ച് കഴിഞ്ഞിരുന്നു. വേരുകളിലേക്ക് സഞ്ചരി ക്കുന്നവർക്ക് മനുഷ്യനെ മാത്രമേ കാണാൻ കഴിയുകയുള്ളുവെന്ന ചിന്തയാണ് വി.ടി.യുടെ ചിന്തയും പ്രവർത്തിയും തെളിയിക്കുന്നത്.

ജീവിതരേഖ
വി.ടി. ഭട്ടതിരിപ്പാട്
(1896-1982)

പഴയ പൊന്നാനി താലൂക്കിൽ 1896 മാർച്ച് 26ന് വി.ടി. ജനിച്ചു. വെള്ളിത്തിരുത്തിത്താഴത്ത് രാമൻ ഭട്ടതിരിപ്പാട് എന്ന മുഴുവൻ പേര്. പിതാവ്: ഉപ്പൻ ഭട്ടതിരിപ്പാട്. മാതാവ്: ശ്രീദേവി അന്തർജ്ജനം. ഏഴാം വയസിൽ ഉപനയനം. ഒമ്പതാം വയസിൽ സമാവർത്തനം. പിന്നീട് നാല്വർഷത്തോളം വേദാധ്യയനം. 17ാം വയസിൽ ഉപജീവനത്തിന് ഷൊർണ്ണൂരിനടുത്തുള്ള മുണ്ടമൂക ശാസ്താം കാവിലെ ശാന്തിക്കാരനായി. അക്കാലത്താണ് തിയ്യാടി പെൺകുട്ടിയിൽ നിന്നും അക്ഷരം പഠിച്ചത്. 1918ലാണ് ഹൈസ്കൂൾ ജീവിതത്തിന്റെ ആരംഭം. പഠനം തുടരാൻ കഴിഞ്ഞില്ല. 1919ൽ ഇടക്കുനിയിൽ (തൃശ്ശൂർ) നമ്പൂതിരി വിദ്യാലയം ആരംഭിച്ചപ്പോൾ മൂന്നാം ഫോറത്തിൽ വിദ്യാർത്ഥിയായി ചേർന്നു. ഇക്കാലത്താണ് ആദ്യത്തെ സാമൂഹിക ഇടപെടൽ നടത്തുന്നത്. സ്കൂൾ പരിസരത്തുനി ന്നു തുടങ്ങിയ 'ആനന്ദമഠ'ത്തിന്റെ കീഴിൽ വിദ്യാർത്ഥിയെന്ന മാസിക

വി.ടി.യുടെ പത്രാധിപത്യത്തിൽ പുറത്തിറക്കി. അക്കാലത്ത് നടന്ന മലബാർ ദേശീയസമ്മേളനത്തിൽ നമ്പൂതിരി വളണ്ടിയർമാരുടെ നേതൃത്വം വഹിച്ചു. പൊലീസിന്റെ മർദനത്തിനിരയായി. അഞ്ചാം ഫാറത്തിലെ പൊതുപരീക്ഷയ്ക്ക് മുൻപായി ഇന്ത്യൻ നാഷണൽ കോൺഗ്രസിന്റെ അലഹബാദ് സമ്മേളനത്തിൽ പങ്കെടുക്കാൻ ചാടിപ്പോയി. ആ യാത്രയിൽ കപ്പലിൽ സഞ്ചരിച്ചുവെന്ന കാരണ ത്താൽ പഠിപ്പ് നിർത്തേണ്ടിവന്നു. അന്ന്, സമുദായം നിർദേശിച്ച പ്രായശ്ചിത്തം ചെയ്യാൻ കൂട്ടാക്കിയില്ല. തൃശ്ശൂർ യോഗക്ഷേമം കമ്പ നിയിൽ ക്ലാർക്കായി (1923). ഇക്കാലയളവിലാണ് മംഗളോദയം അച്ചുക്കൂട്ടം യോഗക്ഷേമ കമ്പനിയിൽ ലയിക്കുന്നത്. ഈ അവസ രത്തിലാണ് വിക്ടർ ഹ്യൂഗോവിന്റെ പാവങ്ങൾ മംഗളോദയത്തിൽ നിന്നും അച്ചടിക്കുന്നത്. അവിടെ, പ്രൂഫ് റീഡർമാരായി ഉണ്ടായി രുന്നത് മഹാകവി വള്ളത്തോൾ, പി.എസ്. അനന്തനാരായണ ശാസ്ത്രികൾ, നാലപ്പാട്ട് നാരായണമേനോൻ, എം.ആർ.കെ.സി. തുടങ്ങിയ പ്രമുഖരായിരുന്നു. ഇവരുമായുള്ള ചങ്ങാത്തം വി.ടിക്ക് ലഭിച്ചു. തുടർന്ന്, യോഗക്ഷേമസഭയുടെ മുഖപത്രമായ 'യോഗക്ഷേമം', യുവജനസംഘത്തിന്റെ 'ഉണ്ണി നമ്പൂതിരി' എന്നീ പ്രസിദ്ധീകരണങ്ങ ളിലും സജീവമായി. പാശ്രൂപതം എന്ന പത്രത്തിലാണ് 'രജനീരംഗം' എന്ന പേരിൽ കോളം തുടങ്ങിയത്. യോഗക്ഷേമ സഭയിലെ തീവ്ര നിലപാടുള്ള നേതാവായി ഇതിനകം മാറി. യോഗക്ഷേമസഭയുടെ 22ാം വാർഷികത്തിൽ 'അടുക്കളയിൽ നിന്ന് അരങ്ങത്തേക്ക്' എന്ന നാടകം അരങ്ങേറി. അവിടെ വെച്ചാണ് നമ്പൂതിരി സ്ത്രീകൾ ഘോഷാ ബഹിഷ്കാരം തുടങ്ങി. 1930 ജനവരിയിൽ നമ്പൂതിരി യുവജനസംഘ ത്തിന്റെ ഓർഗനൈസിങ്ങ് സെക്രട്ടറിയായി തെരഞ്ഞെടുക്കപ്പെട്ടു. ഇതോടെ മംഗളോദയത്തിലെ ജോലി രാജിവെച്ചു. നമ്പൂതിരി വിദ്യാ ലയത്തിൽ വിദ്യാഭ്യാസത്തിന് ആളും പണവും ശേഖരിക്കാൻ കേരള ത്തിന്റെ വടക്കേ അറ്റംവരെ ഗാന്ധിത്തൊപ്പിയും ചാക്കും ധരിച്ച ഒരു സംഘം നമ്പൂതിരി യുവാക്കളെയുംകൊണ്ട് 'യാചനായാത്ര' നടത്തി. ഗുരുവായൂർ ക്ഷേത്രപ്രവേശന പ്രചാരണത്തിന് വടക്കേ മലബാറിലെ നാനായോഗങ്ങളിൽ പ്രസംഗച്ചുമതലവഹിച്ചു. 'ഇനി നമുക്ക് അമ്പല ങ്ങൾക്ക് തീകൊളുത്തുക' എന്ന ലഘുലേഖനം എഴുതിയതിന് കൊച്ചി

മഹാരാജാവിന്റെ അറസ്റ്റ് വാറണ്ട് (1933). പട്ടാമ്പിക്കട്ടത്ത് കൊട്ടമ
ണ്ടയിൽ 25ഏക്കർ സ്ഥലം വിലയ്ക്കെടുത്ത് നമ്പൂതിരി കുടുംബങ്ങളും
മറ്റജാതി മതസ്ഥരും ഒരുമിച്ച് തൊഴിൽ ചെയ്യുന്ന കോളനി സ്ഥാപിച്ച
(1935). 'ഉദ്ബ്യദ്ധകേരളം' എന്ന പത്രം പ്രസിദ്ധപ്പെടുത്തി. 1950ൽ
കോൺഗ്രസിൽ നിന്നും രാജിവെച്ചു. പിന്നീട് ലേഖനമെഴുത്തും
കലാസാംസ്ക്കാരിക പ്രവർത്തനങ്ങളിലും മുഴുകി. കണ്ണീരും കിനാവും
എന്ന കൃതി കേരളസാഹിത്യഅക്കാദമി അവാർഡ് (1972),കേരള
സാഹിത്യ അക്കാദമി ഫെല്ലോഷിപ്പ് (1976). 1982 ഫെബ്രുവരി 12ന്
അന്തരിച്ചു. ഭാര്യ: ശ്രീദേവി അന്തർജനം. മകൻ: വി.ടി. വാസുദേവൻ.
കൃതികൾ: *രജനീരംഗം* (കഥകൾ), *അട്ടക്കളയിൽ നിന്ന് അരങ്ങ
ത്തേക്ക്*(നാടകം), *പോംവഴി* (കഥകൾ), *കരിഞ്ചന്ത* (അപ്രകാശിത
നാടകം), *സത്യമെന്നത് ഇവിടെ മനുഷ്യനാകുന്ന* (ലേഖനങ്ങൾ),
കാലത്തിന്റെ സാക്ഷി (ലേഖനങ്ങൾ), *എന്റെ മണ്ണ്*(ലേഖനങ്ങൾ),
കണ്ണീരും കിനാവും (ആത്മകഥ), *ജീവിത സ്മരണകൾ* (ആത്മകഥ),
കർമ്മ വിപാകം (ആത്മകഥാസമാഹാരം), *വി.ടി.തെരഞ്ഞെടുത്ത
കൃതികൾ.*

●

അനുബന്ധം

നമ്പൂതിരി മനുഷ്യനായി മാറണമെങ്കിൽ..

വി.ടി.യുടെ പ്രസംഗം

സഹോദരിമാരേ, സ്നേഹിതരേ,

സമയം സന്ധ്യയായിപ്പോയി. രജനീരംഗകർത്താ വിന്റെ രംഗപ്രവേശം പരിത:സ്ഥിതികൾക്ക പറ്റിയതല്ലെന്ന കര തിയായിരിക്കാം ഇത്രുവേഗം ആദിത്യൻ അന്തർദ്ധാനം ചെയ്തത്. കൃത്യാന്തരപരതന്ത്രന്മാരായ സദസ്യർ നിത്യനൈമിത്തികങ്ങളായ ഓരോകാര്യങ്ങൾക്കായി പുറപ്പെടാനുള്ള ബദ്ധപ്പാട്ടുകൊണ്ട് അസ്വ സ്ഥരായിരിക്കാം. അൽഭുതത്തോട്ടം അമ്പരപ്പോട്ടം കൂടി ഇന്നത്തെ സഭാനടപടികളെ വീക്ഷിച്ചും കൊണ്ടിരിക്കുന്ന അന്തർജ്ജനങ്ങൾ ഗൃഹകൃത്യങ്ങളിൽ ഏർപ്പെട്ടിരിക്കാം. അവരിൽ ചിലർ മാറിയുടുത്ത്, വടക്കിനിയിൽ തേവരുടെ മുൻപിൽ ഇരുന്നുകുറിയിട്ട് 'നമ്മയേറ്റ ന്നൊരു' എന്നു ചൊല്ലുകയായിരിക്കാം. ഈ ഘട്ടത്തിൽ വല്യതായ പ്രസംഗത്തിനൊന്നും തോന്നുന്നില്ല. എങ്കിലും ഇതേമാതിരിയുള്ള സന്ദർഭം സുദുർല്ലഭമാകയാൽ കിട്ടിയ അവസരത്തെ വ്യഥാ കളയുന്നത് അസ്ഥാദ്ദശന്മാരായ സമുദായസ്നേഹികൾക്കു പറ്റിയതല്ല. അതുകൊണ്ട് എന്റെ ഈ പ്രലപനം നിങ്ങൾക്ക് അസ്വാസ്ഥ്യ ജനകമായിത്തീ രാനിടയുണ്ടെങ്കിലും സമുദായത്തിന്റെ സ്ഥിതിഗതികളെ പറ്റി സൂക്ഷ്മമായി ഒന്നു ചിന്തിക്കേണ്ടതു നമ്മുടെയെല്ലാം ഒഴിച്ചുകൂടാത്ത

ചുമതലയാകകൊണ്ടു ക്ഷമാപൂർവ്വം ഏതാനം നിമിഷങ്ങൾ കൂടി കാത്തിരിപ്പാൻ സോദരബുദ്ധ്യാ ഞാൻ അപേക്ഷിച്ചുകൊള്ളുന്നു. ഹോമാദികൾ അവസാനിക്കുന്ന ഘട്ടത്തിൽ ഓതിക്കന്മാർ പവിത്രം, പൂണൂല്, ഹോമദ്രവ്യങ്ങൾ മുതലായവയെല്ലാം പരിശോധിച്ച് ഹോമം മുടിയുന്ന മാതിരി ഇന്നത്തെ കാര്യപരിപാടിയനുസരിച്ചുള്ള കൃത്യ ങ്ങളെല്ലാം നിർവഹിച്ചില്ലേ എന്നു പരിശോധിച്ചും അവയെപ്പറ്റി അധ്യക്ഷന്റെ നിലയിൽ അയാൾക്കുള്ള സ്വാഭിപ്രായത്തെ രേഖപ്പെ ടുത്തിയുമാണല്ലോ അവസാനിപ്പിക്കാറുള്ളത്.

ശ്രീമാൻ മുത്തിരിങ്ങോട്ട് ഭവത്രാതൻ നമ്പൂതിരിപ്പാട്, മനേഴി മുതലായ മാന്യന്മാരുടെ ഉജ്ജ്വലമായ പ്രസംഗങ്ങളെക്കൊണ്ടും വേഷപരിഷ്ക്കാരം, വിദ്യാഭ്യാസം എന്നീ പ്രമേയങ്ങളാല്ും ആകപ്പാടെ ഒരു നവചൈതന്യം നിങ്ങളിൽ നിറഞ്ഞുകഴിഞ്ഞിരിക്കുന്ന എന്നു നിങ്ങളുടെ മുഖത്തുനിന്നു വ്യക്തമാകുന്നുണ്ട്. അതുതന്നെയാണ് ഏതാദൃശ്യയോഗങ്ങളെക്കൊണ്ടു സാധിക്കേണ്ടതും. 'നമ്മയേറു ന്നോരു' എന്നൊരു മന്ത്രം അന്തർജ്ജനങ്ങൾ സന്ധ്യാസമയങ്ങളിൽ നിത്യേന പാരായണം ചെയ്യാറുള്ളതായി ഞാൻ മുൻപു പറഞ്ഞു വല്ലോ. വാസ്തവത്തിൽ എന്താണ് ഈ നമ്മയേറുന്ന ഒരു കാര്യം? എന്റെ അനുഭവത്തില്ും അഭിപ്രായത്തില്ും അവർക്ക നമ്മയേറുന്ന ഒരു കാര്യം ഇല്ലാതായിത്തീർന്നിരിക്കുന്നു എന്നു പറയാതെ നിവ്വ ത്തിയില്ല. മനുഷ്യസാധാരണമായ ആഹാരാദിചതുഷ്ടയങ്ങളിലാക ട്ടെ, മാനസികമായ സംസ്കാരാദികളിലാകട്ടെ, യാതൊരു നന്മയും മേന്മയും കാണാതെ അധിനിവേശത്താല്ും വൈധവ്യത്താല്ും വൃദ്ധ കന്യകാത്വത്താല്ും സർവ്വോപരി മർമ്മദേദകമായ അജ്ഞതയാല്ും കേവലം ഇരുകാലി മൃഗമായിത്തീർന്ന ഇവരുടെ നമ്മയേറുന്ന ഒരു കാര്യത്തെപ്പറ്റിയാണ് നാം ഇനി ആലോചിക്കേണ്ടത്.

നമ്പൂതിരിമാരുടെ വിദ്യാഭ്യാസം എന്നുകേട്ടാൽ ഉടനെ വേദാഭ്യാ സത്തെപ്പറ്റിയ ഓർമ്മയാണ് നമ്മില്ുണ്ടാകാറുള്ളത്. വിദ്യാഭ്യാസവും വേദാഭ്യാസവും ഒന്നല്ലെന്ന നമ്മെളെല്ലാം കണ്ടുകഴിഞ്ഞ കാര്യ മാണല്ലോ. ഒന്നു ചീഞ്ഞാൽ ഒന്നിനുവളമെന്നമാതിരി ഇന്നത്തെ വേദാഭ്യാസസമ്പ്രദായം അപ്പടി നശിപ്പിച്ചേ വിദ്യാഭ്യാസത്തിന ഗുണമുണ്ടാകുകയുള്ളു. എന്റെ സ്വന്തം അനുഭവം പറയുകയാണെങ്കിൽ നമ്പൂതിരിമാരുടെ എല്ലാവിധ അധഃപതനങ്ങൾക്കും ആദികാരണം

നിരർത്ഥകമായ ഈ വേദാഭ്യാസത്തിൽ കാണിച്ചിരുന്ന അതിരറ്റ ശുഷ്കാന്തിയും നിഷ്കർഷയുമാണെന്നാണ്.

എട്ടുവയസ്സുമുതൽ 45വയസ്സുവരെ പ്രഹസനഭാഷയിൽ പറകയാ ണെങ്കിൽ, ഈ ഓത്തുവള്ളിയിന്മേൽ ഉഴിഞ്ഞാലാടിക്കഴിച്ചുകൂട്ടിയ നമുക്കൊക്കെ എന്തൊരു വിദ്യാഭ്യാസമാണ്. എന്തൊരു മനസംസ്കാ രമാണ് സിദ്ധിച്ചിട്ടുള്ളത്? എന്റെ മാന്യസ്നേഹിതന്മാരായ ഓത്തന്മാ രുടെ ഇന്നത്തെ ജീവിതരീതിയൊന്നു പരിശോധിച്ച നോക്കിയാൽ അയാളൊരു വിദ്വാനാണെന്നോ വിദ്യാഭ്യാസവിഷയത്തിൽ ഏതാണ്ട് അരപ്പുരുഷായുസ്സ് വ്യയം ചെയ്യവാനാണെന്നോ തോന്ന കയില്ലെന്ന മാത്രമല്ല അയാൾ വെറും 'പോത്ത'നാണെന്ന് ആർക്കും ബോധ്യപ്പെടുകയും ചെയ്യും. ജീവിത നിർവഹണത്തിന് ഈ ഓത്തം കൊണ്ട് യാതൊരു പ്രയോജനവുമില്ല. കണ്ടഞ്ചാത അതെ ഏതെട്ട വാരത്തിനും മുട്ടവാരത്തിനും ആദ്യത്തെ ഇലയ്ക്കുണിച്ചിരുത്താറുള്ള ആ കണ്ടഞ്ചാത തിരുവനന്തപുരത്ത് ഒരു കാലത്ത് കവിടി വാദ്ധ്യാ രായി കിണ്ടിയും ഉക്കി നടന്നിരുന്ന അതേ കണ്ടഞ്ചാത ആ ഭസ്മകു റിയും നമസ്കാര മുഴയും ആ ചന്ദനപ്പൊട്ടും തൊട്ട് ഓത്തും കൈകാട്ടി കുടവയറു ഇളിമ്പിച്ച് തൃശ്ശിവപേരൂർ ബ്രഹ്മസ്വം മഠത്തിൽ നിന്ന് ആ കണ്ണും ഊണു കഴിച്ച് തോട്ടിക്കൊണ്ട് ഏതോ പിഷാരേത്തേക്കോ വാര്യത്തേക്കോ കൊടുത്തുതീർക്കുവാൻ കഴിയാതെ വിയ്യൂർ ജയിലിൽ മൂന്നാഴ്ചയോളം വിശ്രമിച്ച എന്നുള്ള പരമാർത്ഥം ഈ വേദാഭ്യാസത്തി ന്റെ മുഖത്തുകരിതേക്കുകയോ ഇദ്ദേഹത്തിന്റെ മുഖത്തു വേദാഭ്യാസം കരിതേക്കുകയോ ഉണ്ടായതെന്ന തർക്കത്തിൽ ഞാൻ മദ്ധ്യസ്ഥനല്ല.

കഷ്ടം, നല്ല സ്വത്തുള്ള ഒരു തറവാട്ടിലെ കാരണവൻ കുബേരത ല്യന്മാരായ നാന്തൂറിൽ ചില്ലാനം ആഢ്യഗൃഹങ്ങളുടെ സങ്കേതമായ അല്ലെങ്കിൽ സർവകലാശാലയായ തൃശ്ശൂർ യോഗത്തിൽ കണ്ണിലുണ്ണി, മറ്റൊന്നുണ്ടെങ്കിൽ, കിട്ടിയാൽ വേണമെങ്കിൽ പത്തുപതിന്നാലണ യോളം സമ്പാദിക്കാൻ സാധിക്കുന്ന ഒരു കിണ്ടൻ ഇത്ര സ്വല്പമായ സംഖ്യയ്ക്കുവേണ്ടി ഇങ്ങനെ നമ്പൂരിത്വവും ഓത്തത്തവും വിറ്റിട്ട് കടം തീരാതെ ആ വിയ്യൂർ ജയിലിലേക്കും പോകേണ്ടി വന്നവല്ലോ! ഈ പച്ചപരമാർത്ഥം ഇന്നോർത്തുചൊല്ലുന്ന ഉണ്ണി നമ്പൂതിരിമാരോട് ആരെങ്കിലും ഒന്ന പൊട്ടിച്ചവിട്ടാൽ, ഒരൊറ്റക്കുട്ടിയെപ്പോല്യം പിന്നെ തൃശ്ശൂരാകട്ടെ തിരുനാവായാകട്ടെ, മഷിവെച്ച നോക്കിയാൽപ്പോല്യം

കണ്ടെത്തുകയില്ലെന്നു ഞാൻ സധൈര്യം പറയാം. ആരാണ് ഇദ്ദേഹത്തെ വാറണ്ടിൽ പിടിച്ചത്? അതു നിങ്ങൾ ഒന്നാലോചിച്ചു നോക്കുക. ഒരു കച്ചവടക്കാരനല്ല. കൃഷിക്കാരനല്ല, നായരല്ല, പട്ടരുമ ല്ല, തൃശ്ശൂർ വാദ്ധ്യാനാണ്. എന്തുവെച്ചാൽ 85000 നമ്പൂതിരിമാരുടെ യും വിദ്യാഭ്യാസത്തിനുള്ള സർവകലാശായിലെ പ്രിൻസിപ്പാളായ ബ്രഹ്മാവിന്റെ അടുത്ത ശിക്ഷ്യനായ ആ ചാങ്ങിലിയോട്ടെ വാദ്ധ്യാൻ തന്നെ! ഓത്തത്തെ എടുത്ത് ഓമനിക്കേണ്ട ആ വാദ്ധ്യാന് ഓത്തിന്മേൽ സ്വൽപമെങ്കിലും ബഹുമാനമുണ്ടെങ്കിൽ ഓരായിരം ഉറുപ്പിക സ്വന്തം പോക്കറ്റിൽ നിന്നുമെടുത്തു ചെലവഴിച്ച് ഈ 'മൂത്ത നൊത്ത'നെ രക്ഷിക്കാമായിരുന്നില്ലേ? അതുപോലെ അദ്ദേഹത്തി ന്റെ ഈ വിഷമാവസ്ഥയിൽ ഒരു ഒളപ്പമണ്ണയോ കൂടല്ലൂരോപോല്ലും ഒരൊറ്റപ്പൈ ചെലവാക്കുവാൻ തയ്യാറായിട്ടില്ല. ഞാനായിരുന്നു എങ്കിൽ എനിക്ക് ഓത്തത്തിന്റെ ഒരിഞ്ചെങ്കിലും മതിപ്പുണ്ടായിരുന്നു എങ്കിൽ, തിരുവാതിരവാരത്തിന്റെ ആ പങ്കിട്ടെടുത്ത മൂന്നരക്കാശെ ങ്കിലും ദാനം ചെയ്യുമായിരുന്നു. കണ്ടഞ്ചാതയ്ക്കും ഭാര്യയ്ക്കും ഏതാനും സന്താനങ്ങളും ഉണ്ടാവാം. അപ്പോൾ ഓത്തന്മാർക്കും വിഷയസുഖം വേണ്ടിവന്നിരിക്കുന്നു. അതു സംബന്ധമായാലേ സുഖമാവുതാനും! ഈ വാരമിരുന്ന കാശുകൊണ്ട് അതെങ്ങനെ നിവർത്തിക്കാം?

ജാന ഒരു പഴയ തറവാട്ടുകാരിയാണ്. ഇംഗ്ലീഷു പഠിച്ചിട്ടുള്ള മേച്ചപരിഷ്ക്കാരങ്ങളൊന്നും പോകാൻ ഒരു ചെറിയ ജാക്കറ്റും ശീല ക്കുടയും വേണമെന്നും ശാഢ്യം പിടിച്ച കരച്ചില്ലും പിഴിച്ചില്ലും ആയാൽ അതാരുടെ കൈയിൽ നിന്നും വാങ്ങിക്കൊട്ടക്കും? തിരുമേനി മുറി തരുമ്പോൾ അമ്മാമനോട്ടും മരുമക്കളോട്ടും ഇതിനെപ്പറ്റി പറയുന്നത് മര്യാദയാണോ?. തിരുമേനിയാകട്ടെ മൂക്കോലെ മണ്ഡലക്കാലത്തെ മുറകഴിഞ്ഞാൽ കൊട്ടക്കാമെന്നും കരുതും. ഇങ്ങനെ മുറജപിച്ചിട്ടും സംബന്ധം നടത്താൻ സാധിക്കാതെ വരുമ്പോഴാണ് ഏട്ടന്റെ ഉണ്ണി പിഴച്ചുചൊല്ലുന്നത് കേൾക്കുക. കുറ്റമാണോ മുത്തപ്പന ദേഷ്യം വരുന്നത്? മൂസ്സിന്റെ ഉണ്ണിയുടെ മൂക്ക് ചരിഞ്ഞാല്ലും മൂസ്സ് മുഷിയി ല്ലെന്ന മുത്തപ്പന് അറിയാം. ഇങ്ങനെയുള്ള മൊരച്ച ഓത്തന്മാരെ നാടിനും വീടിനും കൊള്ളരുതാത്ത 'പോത്ത'ങ്ങളെസൃഷ്ടിച്ചവിടാ നാണോ ബ്രഹ്മാവു വേദം ഉണ്ടാക്കിയത്? സഹോദരന്മാരെ നിങ്ങൾ ക്ക് സന്താനങ്ങളിൽ സ്നേഹവും അവരുടെ ജീവിതാഭിവൃദ്ധയിൽ

പ്രത്യാശയമുണ്ടെങ്കിൽ ഇനിമേലിൽ സമുദായത്തിലെ ഇളം പൈതല്യകളെ ഓത്തുവള്ളിമേലിട്ട് ഉക്കികൊല്ലാതെ കഴിക്കണേ എന്നാണ് എനിക്ക് പറയാനുള്ളത്.

ഈ ഉപസഭാതിർത്തിക്കുള്ളിൽ ഉള്ള എല്ലാ ഇല്ലങ്ങളിലെയും ബാലികാബാലകന്മാരെ പബ്ലിക് സ്കൂളിൽ ചേർത്തു പഠിക്കേണ്ട താണെന്നൊരു തീരുമാനം ഇന്നിവിടെ പാസാക്കുകയുണ്ടായല്ലോ. അതേ സ്വരത്തിലും തരത്തിലുമുള്ള തീരുമാനങ്ങൾ നമ്മൾ പലവട്ടം ആവർത്തിച്ചു കഴിഞ്ഞിട്ടുണ്ട്. ഇതുപ്രായോഗികമാക്കുന്നതിലാണ് പ്രയാസമിരിക്കുന്നത്. ശ്രീമാൻ അടിതിരിപ്പാടിന്റെ നേതൃത്വത്തിൽ നടന്നുവരുന്ന ഉപസഭയെ സംബന്ധിച്ചെടുത്തോളം നിരാശയ്ക്ക് അവകാശമില്ലെന്നുസമാധാനിക്കാം. ഇദ്ദേഹത്തിന്റെ ഒരു മകൾ പബ്ലിക് സ്കൂളിൽ അഞ്ചാം ക്ലാസിൽ പഠിച്ചവരുന്ന സംഗതി നമുക്കൊക്കെ അറിവുള്ളതാണല്ലോ. തറവാട്ടിലേക്കാവശ്യമില്ലാ ത്ത കനിഷ്ഠമാരെക്കൂടി കന്നാലിപ്പിള്ളാരെ പോലെ കണ്ടമാനം നാനാതരങ്ങളായ ഓരോ ദുശ്ലാഘ്യങ്ങൾക്കും ദുശ്ശീലങ്ങൾക്കും വശം വദരാകത്തക്കവണ്ണം അയച്ചുവിട്ടിരിക്കുന്ന കാരണവന്മാരേ. നിങ്ങൾ അടിതിരിയുടെ ജീവിതകൃത്യം കണ്ട് അനുകരിക്കുവിൻ.

ഒരു നമ്പൂതിരി ബാലിക പൊതുജനങ്ങളോടൊപ്പം തോളോട്ടുചേർ ന്ന് ഇംഗ്ലീഷുവിദ്യാഭ്യാസം ചെയ്യാലും ഉദയാസ്തയങ്ങൾ നിന്നപോ കയാവട്ടെ, കാറ്റുവീശാതിരിക്കുകയാവട്ടെ ചെയ്യുകയില്ലെന്നും, ഈ ബാലിക മുതിർന്നവർക്ക് ഒരു സ്കൂൾ ഫൈനൽ പാസായ അന്തർ ജ്ജനമായി ഇംഗ്ലണ്ടിൽ നിന്ന് ഉപരിവിദ്യാഭ്യാസം കഴിഞ്ഞ് കപ്പ ലിറങ്ങിയ ഒരു യുവാവിനെ ആഭിജാത്യമേന്മയുടേയോ ചെറുതാലി മലർത്തലിന്റെയോ കമിഴ്ചലിന്റെയോ മാറ്റിനെ വകവെയ്യാതെ സ്വേച്ഛാനുകൂലം പാണിഗ്രഹണം ചെയ്യുത്. ആ പാണന്റെ പനയോ ലക്കടയെ തല്ലിപ്പൊളിച്ചുകളഞ്ഞ് പാർലമെന്ററിലെ ഭരണറിപ്പോർട്ടും കൈയിലെടുത്ത് 'യാഹെ'ചൊല്ലി ബുദ്ധിമുട്ടിക്കാതെ, ഒരു ക്രിസ്തുമസ് കാലത്ത് മദ്രാസിലേക്കു സർക്കീട്ടുപോയാലും ഈ ആകാശം അടർ ന്നുവീഴുകയില്ലെന്നും ഏതാണ്ട് തീരുമാനിക്കാവുന്നതാണ്. അഥവാ പഴതത്താര്യൻ നമ്പൂതിരി പരിവേദനമായി പാണിഗ്രഹണം ചെയ്യ പ്പോൾ ആകാശം പൊട്ടിത്തകരാതിരിപ്പാൻവേണ്ടി നമ്പിസ്സോമയാ ജിപ്പാട് നാട്ടിയ ആ പ്രായശ്ചിത്തപ്പെരുങ്കുണ്, ഇന്നു നമുക്കൊന്നു

നാട്ടിനോക്കാം. ഈ നമ്പൂതിരി ബാലികമാർ ഇങ്ങനെ'അമ്മാൻവട്ടം' കളിച്ചും കൊത്തിക്കല്ലാടിയീം കാലം കഴിച്ചാൽ, ഇനി നമ്മെളെല്ലാം ലോകസമക്ഷം 'ശിങ്ക്ളാണ്ടാൻ'കളിക്കുക തന്നെ വേണ്ടിവരുമെന്ന സംഗതി ഞാനിതാ സഗൗരവം ഉദ്ബോധിപ്പിച്ചുകൊള്ളുന്നു. ആലോ കൈകപൂജ്യനായ ശ്രീശങ്കരാചാര്യരുടെ ഒട്ടക്കത്തെ അനുജൻ സൂരിനമ്പൂതിരി ഇന്ദുലേഖയ്ക്കു ഭ്രാന്തുണ്ടോ എന്നുചോദിച്ചത് സാഹിത്യ ലോകത്തിലാണെങ്കിലും, ഇനി അതുയാഥാർത്ഥ്യലോകത്തിലേക്കും സംക്രമിക്കാതിരിക്കയില്ല.

ഭാഗ്യവശാൽ നമ്പൂതിരിയുവാക്കന്മാർ ഉയർന്ന പരീക്ഷകൾ മുറയ്ക്കുമുറയ്ക്കു പാസായിവരുന്നുണ്ട്. അവന്മാരും എന്നും ചിറ്റും ചെറുതാ ലിയുമണിയിച്ച മരപ്പാവകളെ പാണിഗ്രഹണം ചെയ്യുമെന്ന് തെറ്റിദ്ധ രിക്കേണ്ട. ഏറിയാൽ തുഞ്ചത്താചാര്യരുടെ രാമായണം കിളിപ്പാട്ടോ ഏകാദശിമഹാത്മ്യമോ പാരായണം ചെയ്യുന്നതുകൊണ്ടും അവർ തൃപ്ത രാകയില്ല. റൈനോൾസിന്റെ ശൃംഗാരരസപ്രധാനങ്ങളായ നോവൽ ഗ്രന്ഥങ്ങളും ഷെയ്ക്സ്പിയറുടെ കവനതല്ലജങ്ങളും വിക്ടർഹ്യൂഗോവി ന്റെ ലെ മിസറബിളും മറ്റും മറ്റും വായിച്ച് ചിന്താഭാരത്താൽ നമ്രശിര സ്കന്മാരായി കേളീഗൃഹത്തിലേക്കും കേറിവരുമ്പോൾ 'കുറഞ്ഞിപ്പച്ച പെറ്റൊത്രെ' എന്നും മറ്റുമുള്ള വെറും വിലകെട്ട വർത്തമാനങ്ങൾകൊ ണ്ടുള്ള സ്വാഗതോക്തികൾ അവരെ പുഞ്ചിരിക്കൊള്ളിക്കാൻപോലും പറ്റുകയില്ല. അതുകൊണ്ട് ഒരു ജീവച്ഛവം പ്രസവിക്കാതിരിക്കണമെ ങ്കിൽ, തള്ളപ്പയ്യിനെ ചെറുതാലി കെട്ടിക്കാതെ കഴിക്കണമെങ്കിൽ, ചെരവ ചരിക്കാതിരിക്കണമെങ്കിൽ അവർക്കും ഹൃദയമുണ്ടാകും.

എന്റെ കാരണവന്മാരെ നിങ്ങൾ വാരത്തിനു പോകാൻ വരട്ടെ ആസനം ഉളിപോലെ കൂർത്തും വയർതോൽക്കുടം പോലെ ഉന്തിയും കവിൾ ഞെണങ്ങിയ കിണ്ടിപോലെ ഒട്ടിയും എപ്പോഴും ഏത്തയായും മുക്കീരും ഒരുക്കിയും എന്തിനും ശാഠ്യം പിടിച്ചും ചടക്കംവെട്ടിയും നിൽക്കുന്ന ആ ഉണ്ണിയെ അതാ ഒന്നുനോക്കൂ. അയാളുടെ നള്ളകൊ ണ്ട തലമാന്തിയും 'ചൊർണ്ണ്യ'പറഞ്ഞും തേങ്ങിതേങ്ങിക്കരഞ്ഞും നിൽക്കുന്ന ആപെൺകിടാവിനെയും ഒന്നുകാണൂ. ഇത്, അങ്ങയുടെ മൂത്ത ഉണ്ണിയല്ലേ? നമ്പൂതിരിസമുദായത്തിന്റെ ഭാവി അന്തർലയിപ്പിച്ച കിടക്കുന്ന ഈ അരുമസന്താനത്തെ ഒന്നു താലോലിക്കൂ. നിങ്ങളിൽ ഒന്നോ, രണ്ടോ തവണമാത്രം അങ്ങയുമായി അർധരാത്രിയിൽ

ഒരുമണിക്കൂറോളം കണ്ടുമുട്ടാനിടവരാറുള്ള ആ മൂന്നാമത്തെ അന്തർ ജ്ജനം അങ്ങയുടെ ഈ സന്താനലാളനം കണ്ടിട്ടെങ്കില്യം ഒന്ന കണ്ണുകളിർപ്പിക്കട്ടെ! ആ പെൺകിടാവ് 'അമ്മേ ഇന്ന് അച്ഛനെ നോടൊന്ന മിണ്ടി' എന്നുകൊഞ്ചുന്നതു കേട്ട് സാപത്ന്യദുഃഖത്താൽ സന്തപ്തഹൃദയായ അവളുടെ വറ്റിവരണ്ട ഏദയം ഒന്ന തണുപ്പിക്കട്ടെ! 'ഹേ ഭാഗ്യവാൻ' അങ്ങയ്ക്ക് 'ഷേറ' എന്നെഴുതി ഒപ്പിടാൻ അറിയാമ ല്ലോ. അങ്ങയുടെ മുത്തശ്ശിയമ്മയ്ക്ക് അതൊന്ന വശാക്കിക്കളയാമെ ന്ന വിചാരിച്ചിട്ട ഫലമില്ല. ഈ കുട്ടികൾസമുദായത്തിന്റെ നട്ടെല്ല ണകൾഅക്ഷരങ്ങൾ ചക്കക്കുരുക്കൾ അല്ലെന്നം, പുസ്തകങ്ങൾ ആവണപ്പലകകളല്ലെന്നം പള്ളിക്കുടങ്ങൾ തൊപ്പിയീടിക്കാനുള്ള പള്ളിക്കുടങ്ങളല്ലെന്നം ഒന്ന് അറിഞ്ഞോട്ടോ.

നിങ്ങൾ കുട്ടികളെ പഠിപ്പിക്കാൻ പണമില്ലെന്നും പറയുമായിരി ക്കാം. ശരി, ഞാനും സമ്മതിക്കുന്നു. കർക്കടകമാസത്തിലെ ഈശ്വ സേവയ്ക്ക് രണ്ടാളെ കുറയ്ക്ക. തുലാത്തിലെ വാരത്തിന്റെ കാളനൊന്ന് നീട്ടുകയും വലിയ പപ്പടത്തിന്റെ വട്ടം ഒട്ട ചുരുക്കുകയും ചെയ്യുക. നാലാം ക്ലാസിൽ പഠിക്കുന്ന ഒരു കുട്ടിയുടെ ഫീസിനുള്ള വകയെ ങ്കില്യം അതിൽ നിന്ന് കിട്ടാതിരിക്കില്ല. അതിനൊന്നും നിങ്ങൾക്കി ടയില്ലെങ്കിൽ കുളക്കോഴി കുവിയെന്ന് ക്വാ ക്വാ എന്നോ ഗ്വാ, ഗ്വാ എന്നോ ഉള്ള വാദം നമുക്ക് പിന്നീട് തീർച്ചപ്പെടുത്താം. ഇതൊന്നും ഞാൻ തമാശയ്ക്കുവേണ്ടി പറയുകയല്ല. ജീവിതായോധനത്തിൽ വിജയം നേടുവാൻ അഹംമഹമികയാ കുതിച്ചുപായുന്ന ജനസമുദാ യത്തിൽ നമുക്കൊരു സ്ഥാനം ഉണ്ടാകണമെങ്കിൽ തീർച്ചയായും നാം ഇന്നത്തെ വിദ്യാഭ്യാസരീതിയെ അനുകരിച്ചേ കഴിയൂ. കന്യാകുമാരി മുതൽ കാഞ്ഞിരോട്ട പുഴവരെയുള്ള ഈ കേരളത്തിൽ കുബേരന്മാ രായ നമ്മുടെ വകയായി അതായത് 35000 നമ്പൂതിമാർക്കൊട്ടാകെ ഇന്ന മൂന്ന് വിദ്യാലയങ്ങളേ ഉള്ള. അവയിലെല്ലാം കൂടി 35 വിദ്യാർ ത്ഥികൾ കൂടി ഇല്ലത്രെ. 30 കോരിക പാലടപ്രഥമൻ കഴിക്കുന്നവരുടെ മക്കൾ ഇംഗ്ലീഷിലെ 26 അക്ഷരത്തിന്റെ സ്വാദ് ഒന്ന നോക്കട്ടെ.

ഇനിയത്തെ പ്രമേയം അന്തർജ്ജനങ്ങളുടെ വേഷപരിഷ്കാരത്തെ സംബന്ധിച്ചാണല്ലോ. ആ മറയിൽ കൂടി അമ്പരപ്പോടെ പള്ളുങ്ങി നോക്കുന്ന അന്തർജ്ജനങ്ങൾ എന്നോട് മുഷിയരുത്. നമ്പൂതിരി യുവാക്കന്മാർ സജാതീയവിവാഹം സാർവത്രികമാക്കുവാൻ

തീവ്രയതം ചെയ്യുന്ന സംഗതി ഹേ അന്തർജ്ജനങ്ങളേ നിങ്ങൾ അറിഞ്ഞിരിക്കുമല്ലോ. ഞങ്ങളിൽ പലരും ഇക്കാര്യത്തിൽ ഇങ്ങനെ തലകുത്തി മറിയുന്നത് നിങ്ങളുടെ സൗന്ദര്യബോധത്തിൽ ആകർഷ്ട രായിട്ടല്ല. ഒരു സദാചാരത്തിന് വേണ്ടി മാത്രമാണ്. വിവാഹിതരായ ഞങ്ങളിൽ പലരും നിങ്ങളുടെ അറപ്പും വെറുപ്പും തോന്നിക്കുന്ന ഈ വേഷഭ്രഷണങ്ങളെകൊണ്ട് പൊറുതിമുട്ടി തന്നത്താൻ ശപിച്ചുകഴി ച്ചുകൂട്ടുകയാണെന്ന സംഗതി ഞാൻ മറച്ചവെക്കുന്നില്ല.

ഒരു പെൺകിടാവിനെ വേളികഴിക്കുന്നത് ഔവ്വാസനത്തിനും വൈശ്യത്തിനും ഇടർന്നിരിക്കവാനല്ല. അടുക്കളപണിക്ക് ആളില്ലാ ഞ്ഞിട്ടുമല്ല. യുവസാധാരണമായ മദനാർത്ഥിശാന്തിക്ക് മറ്റുമാർഗമില്ലാ ഞ്ഞിട്ടല്ല. പ്രസവവേദനയും മറ്റബലാരിഷ്ടതകളും സഹിച്ച് അമ്മമാർ ഞങ്ങളെ പോറ്റി പോന്നു. സ്നേഹപൂർവമായ ശ്രൂശ്രൂഷകൊണ്ടും സൗഹാർദ്ധ പൂർവകമായ സാഹചര്യം കൊണ്ടും സഹോദരിമാർ ഞങ്ങളുടെ ബാല്യം സുരഭിലമാക്കി തീർത്തു. നാളും പ്രായവും ചെന്ന ഇന്നാകട്ടെ ഞങ്ങളിൽ മുത്തശ്ശിയമ്മമാരുടെ കുട്ടിക്കഥകൾ തെല്ലൊരു സദാചാരബോധവും ഈശ്വരവിശ്വാസവും സംതൃപ്തിയും ഉളവാക്കി. ഇങ്ങനെ ഞങ്ങളെ മനുഷ്യരാക്കി തീർത്ത നിങ്ങളിൽ പലരും നാനാ വിധത്തിൽ കഷ്ടപ്പെടുന്നുണ്ടെന്ന ഞങ്ങൾക്കറിയാം. സാപ്തന്യദുഃഖം ഒരിടത്ത്, വൃദ്ധ യുവതീ വിവാഹം വേറൊരിടത്ത്. നിത്യകന്യകാത്വം സർവത്ര. എന്നീ വിധത്തിൽ അന്തർജ്ജനങ്ങളിൽ ആബാലവൃദ്ധവും അത്യന്തം കഷ്ടപ്പെടുന്നുണ്ടെന്ന് നിങ്ങളോട് പറയേണ്ടതില്ലല്ലോ. ഈ ആപൽനിവാരണത്തിന് ഒറ്റമൂലിയായി ഞങ്ങൾ സ്വീകരിച്ചിരിക്കുന്ന ഒറ്റമൂലിയത്രെ ഈ സജാതീയ വിവാഹം സാർവത്രികമാക്കൽ.

ഈ പ്രസ്ഥാനത്തിനുവേണ്ടി ഞങ്ങൾ കഷ്ടപ്പെടുന്നതിന് കയ്യും കണക്കുമില്ല. ഒരാൾ തേതിയുടെ വേഷം കെട്ടുന്നു. മറ്റൊരാൾ മുത്ത ശ്ശിയുടെ മട്ട് അണിയുന്നു. ഇങ്ങനെ അർദ്ധരാത്രിയിൽ ആയിരത്തില ധികം ജനങ്ങളുടെ മുൻപിൽവെച്ച് കുഞ്ഞിപ്പെണ്ണമായുള്ള കുചേഷ്ടിത ങ്ങളെയും ഓതിക്കനം ചേമാതിരിയുമായുള്ള വിഡ്ഢിത്തങ്ങളെയും നടിച്ച് നാണവും മാനവും ഇല്ലാതെ ഞങ്ങൾ മറ്റള്ളവരുടെ ശണ്ഡയ്ക്കും ശകാരത്തിനും പാത്രമായി തീരുന്നത് ആർക്കുവേണ്ടിയാണ് ? കർക്കിടാങ്കുന്നത്തെ പോല്യുള്ളവരുടെ കൂക്കവിളിയും ഇടിച്ചാക്കരപ്പൻ മാരെപോല്യുള്ളവരുടെ ഇറങ്ങിപ്പോക്കും മറ്റ് കഷ്ടതകളും സഹിച്ച്

ഞങ്ങൾ ആരുടെ നരകമോചനത്തിന് വേണ്ടിയാണ് ചോരനീരാ ക്കുന്നത്. നിങ്ങളുടെ രക്ഷയ്ക്ക് ഇന്നും കുളപ്പുരപണിയുവാനും പുറത്തു ള്ളവരുടെ പുര ഓടിടാനും വേണ്ടി വേലികളിക്കുന്നവരില്ലെ. തേതി യെപ്പോല്യള്ള പച്ചകുട്ടികളെ കർക്കിടാങ്കുന്നത്തെ പോല്യള്ള മത്തൻ തന്ത്മാർക്ക് ബലികഴിക്കുന്നവരില്ലെ. കർക്കിടാങ്കുന്നത്തെ ഇല്ലമെന്ന് സങ്കൽപിക്കുക. അച്ഛൻ നമ്പൂതിരിയുടെ ഊണ് അത് കഴിയാറായി. മോര് കൂട്ടി വളവളുസായി കിടക്കുന്ന ആ എച്ചിലിലയിൽ ഉണ്ണാൻ വേണ്ടി വലിയാത്തേമ്മാർ വട്ടം തിരിയുന്നു. ഉണ്ടവർക്കേ കിടപ്പുള്ളൂ എന്നുവിചാരിച്ചായിരിക്കാം കുട്ടിയാത്തേണമാർക്കും അതിൽ കമ്പം കൂടുങ്ങുന്നത്.

അച്ഛൻ നമ്പൂതിരിക്ക് നിങ്ങളുടെ ശണ്ടയുടെ കാര്യം മനസിലായി. അദ്ദേഹം ഇടത്തേ കൈകൊണ്ട് കുടിക്കുന്നീർ വീഴ്ത്തി അതാ എണീ റ്റുകഴിഞ്ഞു. അദ്ദേഹം മുകളിലേക്കല്ലെ. തെക്കെ പൂമുഖത്തേക്കാണ് ചെല്ലുന്നത് ഒര് അരനാഴികക്കുള്ളിൽ അദ്ദേഹത്തിന്റെ ച്ചുട്ട് പിഷാ രത്തേക്ക് കോന്ത്വഴി കാണിച്ചുകൊട്ടുക്കുന്ന ആച്ചുട്ട് തെക്കിനിയുടെ വാതിലിനിടയിൽക്കുടി നോക്കിയാൽ കാണാം. പടിക്കല്ലുള്ള ഇടവഴിയിൽവെച്ച് ഇപ്പോൾ മറഞ്ഞുകഴിയും. നാളെ ഉച്ചയ്ക്ക് ആ പിഷാരസ്യാർ മാലയും മലരും കൊണ്ടവരുമ്പോൾ നിങ്ങൾ ഇതി നെപ്പറ്റി ഒരക്ഷരം മിണ്ടുകയില്ലെന്നെനിക്കറിയാം. ആ പിഷാരസ്യാ രും നിങ്ങളും തമ്മിൽ എന്താണ് ഭേദം. അവളുടെ നിറം കറുത്തി ട്ടാണ്. തലമുടി മിക്കതും കൊഴിഞ്ഞുപോയിരിക്കുന്നു. നിങ്ങൾക്ക് രക്തപ്രസാദം തുളുമ്പുന്ന ശരീരം വ്രതങ്ങളാല്യം പട്ടിണികളാല്യം കൗതുകജനകമായ ആരോഗ്യം. പക്ഷേ, കർക്കടത്തിന് ഇഷ്ടമല്ല. എന്തുകൊണ്ട് നിങ്ങളുടെ കാതും ആ പിഷാരസ്യാരുടെ കാതും ഒന്നുനോക്കൂ. ഒന്നാന്തരം കമ്മൽ. ഇതൊര ഒലക്ക ചിറ്റ്. കഴുത്തിലെ ചരട് ഇമ്പിൽ നിന്ന് വിയർപ്പുതുള്ളികൾ കിഴിഞ്ഞിറങ്ങി പുറമല്ലാം കല്ലുവിളക്കപോലെ എണ്ണയും ചളിയും കൂടി കൊഴുത്തു കട്ടപിടിച്ചല്ലേ കിടക്കുന്നത്. നിങ്ങളുടെ ഒക്കത്ത് എന്തിനാണ് ഒരിലപറ്റിച്ചിരിക്ക ന്നത്. അന്ന് കുഞ്ഞുണ്ണിക്ക് ഉപസ്ഥരിച്ചപ്പോൾ അയാൾ എന്തിന് എണീറ്റോടി പോയത്. വളയിടിക്കിൽ നിന്ന് ഉപസ്ഥരിക്കുമ്പോൾ തെറിച്ച ചെളിവെള്ളം ചോറ്റിൽ കാക്കപ്പള്ളികൾ പോലെ പരന്ന കണ്ടാൽ ആർക്കാണ് ദേഷ്യം വരാതിരിക്കുക. കഷ്ടം ഈ വേഷം

കർക്കിടകത്തിനക്കൂടി പിടിക്കുകയില്ലെങ്കിൽ പിന്നെ മാധവനെപ്പോ ലെയുള്ളവർ എന്താണ് ചെയ്യുക. എനിക്കൊരുരസം തോന്നുന്നുണ്ട്.

ഞാനൊരു അന്തർജ്ജനത്തെ ഇഷ്ടമുള്ള വിധം ഒന്നു ചിത്രീകരി ക്കട്ടെ. ആ എട്ടുമുറി ഇരുപത്തിനാല് മാറ്റി ഈ എഴുന്നൂറ്റിഒന്ന് മലമൽ വേണമെന്ന് ഞാൻ ശാഠ്യം പിടിക്കുന്നില്ല. സ്വദേശി വസ്ത്രം എങ്കിലും ധരിച്ചുകൂടയോ. ആ നേന്ത്രക്കായപോല്യുള്ള പാപ്പയോ എമ്പ്രാത്തിരി യുടെ മുറുക്ക് പൊതിപോല്യുള്ള ഒക്കാ കൊറ്റിയുടെ കഴുത്തുപോല്യുള്ള കൊളത്തോ കണ്ടില്ലെങ്കിൽ മുത്തശ്ശിമാർ പിറുപിറുത്തേക്കാം. ആവട്ടെ അത്ര സാരമാക്കരുത്. പാത്രവെള്ളം തളിക്കാൻ ഈ വളക്കൂട്ടം ആവശ്യമാണെന്ന് ഞാൻ സമ്മതിക്കുന്നു. പക്ഷേ, ഹേ ഭർത്തൃസ്നേഹ മുള്ള അന്തർജ്ജനങ്ങളേ തണുപ്പുള്ള കാലങ്ങളിൽ അവ ഞങ്ങളുടെ മേൽക്കൊള്ളുന്ന അസഹ്യതയെ ഓർത്തിട്ടെങ്കിലും ആക്ലാവ് പിടിച്ച വളകളെനിങ്ങൾ ഉപേക്ഷിക്കണം. ഈ ജാക്കറ്റ് ഒന്നിട്ടനോ ക്കൂ. അമ്പലങ്ങളിലെ ഭഗവതിമാർക്കാവട്ടെ, പുരാണങ്ങളിലെ സീത, ദമയന്തി മുതലായ നായികമാർക്കാവട്ടെ. റൗക്കയും ജാക്കറ്റും ധരി ക്കുന്നതുകൊണ്ട് യാതൊരുപരിഭവത്തിനും അവകാശമില്ല. കൊടും ക്രൂരയായ ഭദ്രകാളിയെപ്പോല്യം കളമെഴുതുമ്പോൾ കുറുപ്പന്മാർ ജാക്കറ്റ് അണിയിപ്പിക്കുന്നില്ലേ. അതുകൊണ്ട് ഏതെങ്കിലും ഒരു ഭഗവതി ഇരുനാഴുരി അരി പ്രസാദിക്കാതെ ഇരുന്നതായി കേട്ടിട്ടുണ്ടോ. എന്റെ കുട്ടിക്കാലത്ത് ഞാനും സഹോദരിമാരും ഒരുമിച്ചാണ് കുളിക്കാൻ പോവാറുള്ളത്. തിരുവാതിര 14, അഷ്ടമി, ചൊവ്വാഴ്ച എന്നിങ്ങനെ ഓരോആഴ്ചക്കുറ്റവും പറഞ്ഞ് അവർ സഹോദരിമാർ പല്ലുതേക്കാതി രിക്കാറുള്ള ദിവസങ്ങൾ അതിധാരാളമായിരുന്നു. നല്ല ഉമിക്കരി, ഒന്നാന്തരം ഈർക്കില ഒന്നുപല്ലുതേച്ച നോക്കുവിൽ തിരുവാതിര തീപിടിക്കുമെങ്കിൽ അതങ്ങ് തീപിടിക്കട്ടെ.

ഇന്ന് ഉണ്ണിയുടെ പിറന്നാളാണ്. നാളെ നാരായണന്റെ പിറന്നാ ളാണ്. മറ്റെന്നാൾ മറ്റൊരാളുടെ പിറന്നാളാണ്. ഈ വിധത്തിൽ കുറ്റവും കുറവും കൂടാതെ ശരിയായ വിധത്തിൽ തേച്ചുകളിക്കാവുന്ന എത്ര ദിവസങ്ങളുണ്ട് ഒരുമാസത്തിൽ. അപ്രകൃതമായിട്ടാണെങ്കിലും ഇവിടെ, ഒരുവാക്ക് കൂടി പറയട്ടെ. മറ്റാളുടെതെന്ന് ഞാൻ പറഞ്ഞത് ആരെ പറ്റിയാണെന്ന് നിങ്ങൾ മനസിലാക്കിയിരിക്കുമല്ലോ. നമ്മുടെ ഇടയിൽ ഭാര്യാഭർത്താക്കന്മാർ പരസ്പരം പേർ പറയുന്ന

പതിവില്ലല്ലോ. ആവശ്യം കൂടിയേ കഴിയൂ എന്ന ഘട്ടത്തിൽ 'ചിറ്റ ണമുണ്ട്' എന്നും 'ഇരിക്കണപലക' എന്നും 'ഉണ്ണണകിണ്ണം' എന്നും മറ്റുമുള്ള സജ്ജകൾ ഭർത്തൃപദത്തെ വ്യവഹരിച്ചവരുന്നത് എത്ര ആഭാസരീതിയിലാണെന്ന് നിങ്ങൾ അറിയുന്നുണ്ടോ.

പരസ്പരാനുരാഗികളായ വധൂവരന്മാർ പൊതുജനമധ്യത്തിൽ വെച്ച് സരസസല്ലാപം ചെയ്യുകയോ ലജ്ജാഭാരത്താൽ ഭർത്തൃവി ഷയകമായ സംഗതികളിൽ പങ്കുകൊള്ളുകയോ പതിവില്ലെന്ന് ഞാൻ സമ്മതിക്കുന്നു. എന്നാൽ 77ാമത്തെ വയസിൽ ഏഴാമനായി വിവാഹം ചെയ്ത 16വയസായ അന്തർജ്ജനത്തിന് അദ്ദേഹത്തി ന്റെ പേർ പറയുവാൻ എത്രകണ്ട് ലജ്ജയുണ്ടായിരിക്കും. രാമൻ നമ്പൂതിരിയുടെ അന്തർജ്ജനത്തിന് ശ്രീരാമ, രാമ...രാമ, രാമ എന്ന രാമായണത്തിലെ ആദ്യവരികൾ കൂടി ഉച്ചാരയോഗ്യമല്ലെന്ന് നടിച്ച വരുന്നത് നിങ്ങളുടെ അതിർ കടന്ന അന്ധതകൊണ്ടല്ലെങ്കിൽ മറ്റെന്തു കൊണ്ടാണ്. എങ്കിലെന്റെ വാസുദേവാ എന്ന സ്ഥാനത്ത്, കുട്ടികളുടെ അച്ഛാ, എന്ന് കുത്തിചെല്യത്താൻ, കൂസലില്ലാത്ത കൂട്ടരെ വിദ്യാദേവി ബഹിഷ്ക്കരിച്ചതിൽ അൽഭതമുണ്ടോ. അതിരിക്കട്ടെ പ്രകൃതം തേച്ച കളിയാണല്ലോ. നാളും പക്കവും നോക്കി എണ്ണയും താളിയും ഉപേക്ഷിച്ചാൽ ആളും തരവും ഒന്നുമാറേണ്ടിവരും. നിങ്ങൾ ഒന്നും സംശയിക്കേണ്ട. എന്ത് ദുർദിവസമായിരിക്കട്ടെ നല്ല എണ്ണതേച്ച് വാസനയുള്ള സോപ്പും തേച്ച് സുഖമായൊന്നുകുളിച്ചാൽ നിങ്ങളുടെ പാതിവ്രത്യമൊന്നും പടികടന്നുപോകയില്ല.

എനിക്ക തലമുടിയോട്ടം ഒരു വാക്ക പറയാനുണ്ട്. കൊഴിഞ്ഞ തലരോമം ആർക്കും അറപ്പും വെറുപ്പും ഉണ്ടാക്കുമല്ലോ. അതുപ്രാ യേണ ശരീരത്തെ ആശ്രയിച്ചു നിൽക്കുമ്പോൾ മയിലിനു പീലി എന്ന പോലെ അഴകായിട്ടാണ് നമ്മുടെ അനുഭവം. പക്ഷേ, അതൊ രന്തർജ്ജനത്തിന്റെ തലയിലാകുമ്പോഴത്തെ അവസ്ഥ കഷ്ടാൽ കഷ്ട തരമാണ്. നങ്ങേമ നാല്പനാഴിക രാവുള്ളപ്പോൾ കുളിക്കും. അടുക്കളി യില്യം വടക്കിനിയില്യമായി നട്ടച്ചവരെ നട്ടംതിരിയുന്ന ആ നങ്ങേമയ്ക്ക് ഈറനായി തിരുകിവെച്ച തലമുടി വിടർത്താൻ ഇടം കിട്ടാറില്ല. നന്നെ ഞരുങ്ങിയാൽ ഇടത്തെപ്പുറത്തെ തിരുകൽ വല്ലത്തെപ്പുറത്തേ ക്കാവ്യമെന്നല്ലാതെ മറ്റുമാറ്റമൊന്നുമില്ല. എന്തിനധികം? ഏതാണ്ട മഴക്കാലത്തെ നനഞ്ഞ വൈക്കോല്യപോലെ രൂപ്യം ഇരിശ്രുമായി

ളുക്കിയിട്ടുകൊണ്ടു ശയ്യാഗൃഹത്തിലേക്ക ആഗമിക്കുമ്പോൾ ഇയുള്ള വരുടെ നാസാദ്വാരങ്ങൾ താനെ അടഞ്ഞുപോകാറുണ്ട്.

ഞങ്ങളിൽ പലരും തൃപ്പൂണിത്തുറ മുതലായ രാജഗൃഹങ്ങളിലെ തരുണിമാർക്കുവേണ്ടി തലനിറച്ച് കുടുമ വളർത്തി വെള്ളിച്ചപ്പാട ന്മാരെപ്പോലെ പലനാൾ കഴിച്ചിട്ടുണ്ട്. പ്രഭാതം മുതൽ പ്രദോഷം വരെ ഏതുസമയത്തും തിയ്യന്നൂര് തല വേറിട്ടുകുന്നതായി കാണാം. ഫലമോ, എണ്ണനഷ്ടം, സമയനഷ്ടം, ജപ്പാൻകാർ രാജ്യത്തിന്റെ അഭിവൃദ്ധിക്കുവേണ്ടി ജനങ്ങളെ ക്രോപ്പചെയ്യിപ്പിച്ചതായി ഒരു ചൊല്ലുണ്ട്. നമ്മുടെ അന്തർജ്ജനങ്ങൾക്കും ക്രോപ്പചെയ്യാലെന്താ? ഇങ്ങനെ ഒരൊന്നാന്തരം മുണ്ടുവിടർത്തിച്ചുറ്റി റൗക്കയും ജാക്കറ്റം ധരിച്ച് കമ്മലും പൊൻവളകളും അണിഞ്ഞ് ലേഡീസ് ശീലക്കുടയും കൈയിലേന്തി തീവണ്ടിസ്റ്റേഷനിലേക്കും തലയുയർത്തിപ്പിടിച്ചപോ കുന്ന ആ തേതിയെക്കണ്ടു ഞാൻ ഒന്നാശ്വസിക്കട്ടെ. സാമന്യമായും സർവപ്രധാനമായും എനിക്ക പറവാനുള്ള മറ്റൊന്ന് അന്ധവിശ്വാസ ത്തെ പറ്റിയാകുന്നു. അന്ധവിശ്വാസം പലതരത്തിലുണ്ട്. വ്യക്തിയെ മാത്രം സ്പർശിക്കുന്ന അന്ധവിശ്വാസത്തെപ്പറ്റി എനിക്കൊന്നും പറവാനില്ല. നമ്മുടെ ഇരിപ്പിലും കിടപ്പിലും നടപ്പിലും ആചാരത്തി ലും വിചാരത്തിലും എന്തുവയ്യേണ്ടാ, സർവത്ര ഈ അന്ധവിശ്വാസം നിബിഡീകരിച്ചതായി കാണാം.

ചെറിയ ഉദാഹരണം പറയാം. ചെരവയുടെ വായ്ല പോകയോ നിലം കഴിയുകയോ ചെയ്യുമെന്നല്ലാതെ ഇതിൽ ഈശ്വരൻ എന്തിനി ത്ര കോപിക്കുന്നു? തീണ്ടാർന്നുകുളിച്ച നാലാം ദിവസം അന്തർജ്ജന ങ്ങളെല്ലാം ഒരു പൂജ നടത്താറുണ്ട്. 'താണ്ടാഴിക്കിട്ടുക' എന്നുപറയുന്ന ആമണ്ടത്തരത്തിനെ പൂജ എന്നുപറവാൻ ഞാൻ ലജ്ജിക്കുന്നു. അരിയും നാളികേരവും അരയ്ക്കുന്ന 'അമ്മിക്കുഴിയാണ്' ഇവിടെ ആരാ ധനാമൂർത്തി. അതേ, അമ്മിക്കുഴിയെ അഭിഷേകം ചെയ്ത് കുളിർപ്പി ക്കും. ചന്ദം കൊണ്ടൊരു ശൃംഗാരപ്പെട്ട തൊടിക്കും വാസനയുള്ള ഒരു പൂവും ചുടിക്കും 'അണിഞ്ഞുമതിലിട്ട്' ആ വേദി സ്ഥലത്ത് ഇരുന്ന് അമ്മിക്കുഴിത്തേവർ അപ്പവും അടയും 'അമൃതത്തേു'കഴിക്കുന്നതുക ണ്ടാൽ ആരാണ് പൊട്ടിച്ചിരിക്കാതിരിക്കുക? ഞങ്ങളുടെ കുട്ടിക്കാല ത്ത് മാറോട്ടുകൊണ്ട് അമ്പലം ഉണ്ടാക്കികളിക്കാറുണ്ട്. അന്നത്തെ നിവേദ്യമാവാറുള്ള ആ പുഴിച്ചോറ് പാൽപ്പായസമായും തീരാറുണ്ട്.

ആ വിഡ്ഡിത്തം എങ്ങനെയാണ് സഹിക്കുക?...

വിഗ്രഹാരാധനയെപ്പറ്റി എനിക്ക സ്വന്തമായ ചിലഅനുഭവങ്ങ ളുണ്ട്. ഭാഗ്യവശാലോ നിർഭാഗ്യവശാലോ ഒരു 'ശാസ്താം കാവിലെ ശാന്തിക്കാരൻ' എന്ന നിലയിൽ ഒരു രണ്ടരക്കൊല്ലം ഞാൻ കഴിച്ച കൂടിയിട്ടുണ്ട്. ആ അയ്യപ്പൻ കാവിലെ തേവരെ അതേ ശിവന്റെയും വിഷ്ണുവിന്റെയും ആ പ്രകൃതി വിരുദ്ധമായ ദുഷ്പ്രവൃത്തിയുടെ സന്താന മായിട്ടുണ്ടായ ആ തേവരെ എട്ടണ കൂലി കിട്ടാൻ വേണ്ടി കല്ലാശാരി മിനക്കെട്ടു പണിചെയ്ത എത്രയും ആദരപൂർവമാണ് ഞാൻ ശ്രൂശ്രൂഷി ച്ചതെന്നു കണക്കില്ല. ഒരു വാലിയക്കാരൻ യജമാനനെ എന്നപോലെ ഇരിക്കണമ്മ ഉണ്ണികളെ എന്നപോലെ കളിപ്പിച്ചും കളിപ്പിച്ചും ഞാൻ തേവരെ കൊണ്ടുനടത്തിയിട്ടുണ്ട്. അദ്ദേഹത്തിന്റെ തൃക്കണ്ണൊന്ന മിഴിച്ചാൽ ഞാൻ ഭയപ്പെട്ടുകയായി, പേരാ പരിഭ്രമിക്കയായി. നിഗ്ര ഹത്തിനും അനുഗ്രഹത്തിലും ശക്തിയുണ്ടെന്ന് വിശ്വസിച്ചിരുന്ന ആകരിങ്കൽ വിഗ്രഹത്തെ തൊട്ടാൽ പൊള്ളും എന്നായിരുന്നു അന്ന് എന്റെ വിശ്വാസം. ചൂടാറാത്ത ആ സ്വാദേറിയ പായസത്തിന്റെ മണം ഉച്ചവരെ പണിയെടുത്ത പരവശനായ എനിക്ക് രുചിച്ചുനോക്കാൻ തോന്നാറുണ്ടെങ്കിലും അതു തേവരെക്കൊണ്ട് ഊട്ടിക്കാൻ ചെയ്തസാ ഹസങ്ങൾ ചില്ലറയല്ല.

പൂജയടച്ചു ശ്രീകോവിലിനുള്ളിൽ അവിട്ടത്തെ പാദാരവിന്ദ ത്തിനുമുൻപിൽ എത്ര തരുണീമണികളുടെ കടാക്ഷത്തെ ഞാൻ അഭ്യർത്ഥിച്ചിട്ടില്ല? അതാ എട്ടരമണിയായി. അത്താഴപൂജയായി. ഭാരതപ്പുഴയുടെ തീരത്തുള്ള ആ അയ്യപ്പൻകാവിന്റെ തിരുമുറ്റത്ത് ചന്ദ്രൻ ഉദിച്ചുയർന്നു പൂനിലാവൊഴുകികൊണ്ടിരിക്കുന്നു. സർവ്വ പ്ര മാണികളുടേയും കുണ്ഡലിനീശക്തിയെ ഉണർത്തുന്ന ആ കനകവേ ളയിൽ, അതേ ഈറനായി ചുരുൾത്തുമ്പുകെട്ടിയ കരിം കുന്തൽക്കാ റിനാൽ മറഞ്ഞുള്ള നിതംബത്തോടും വിളങ്ങുന്ന അമ്പലവട്ടത്തിലെ ബാലതരുണികളുടെ... ഇനി വിസ്തരിക്കുന്നില്ല. എന്റെ യജമാനനായ അയ്യപ്പനോട് 'ഡാഹർ' പ്രവൃത്തിക്കും ഞാൻ ഇരന്നുനോക്കീട്ടുണ്ട്. എന്റെ കുട്ടിക്കാലത്ത് ഒരു പുണ്യസ്ഥലമായ യജ്ഞേശ്വരത്തേ ക്ക കളിക്കാൻ പോകാറുണ്ട്. കളികഴിഞ്ഞ് പോരുമ്പോൾ നല്ല വെള്ളാരങ്കല്ല കണ്ടാൽ മുത്തശ്ശിമാർ കൈയിലാക്കും. ആദിത്യനാ ണെന്നും ദക്ഷിണാമൂർത്തിയാണെന്നും മറ്റും പറഞ്ഞു പീഠത്തിന്മേൽ

കയറ്റിയിരുത്തും. അശ്രദ്ധകൊണ്ടോ ജോലിത്തിരക്കകൊണ്ടോ തേവരെ മൂക്കമ്പോൾ ചിലയുകുപ്പയിലേക്കോ കൊട്ടത്തളത്തിലേ ക്കോ പോയെന്ന് വരാം. അങ്ങനെയുള്ള ഈശ്വരന്മാർ ഞങ്ങളുടെ ഗോട്ടികളിക്കുള്ള കരുക്കളായിത്തീരും. ഒന്നരണ്ടുദിവസം ഞങ്ങളുടെ കൂടെ ഗോട്ടികളിക്കുമ്പോഴേക്കും മുത്തശ്ശിയമ്മ തട്ടിപ്പറിച്ച് അവയെ പൂർവ്വസ്ഥാനത്തിരുത്തി പൂജിക്കയായി. ഇങ്ങനെ ഭാരതപ്പഴയിലെ എത്രയെത്ര വെള്ളാരംകല്ലുകളാണ് നമ്മുടെ അന്തർജ്ജനങ്ങളുടെ ആരാധനാമൂർത്തികളായി വായനക്കാരൻ മേയ്ക്കാടിനെപ്പോലെ അന്തഃപുരത്തിൽ കയറിക്കൂടുന്നത്?...

ഈ ഘട്ടത്തിൽ ഗുരവായൂർ നേദിച്ച നേന്ത്രപ്പഴത്തെയും ഒന്നപ റയേണ്ടിയിരിക്കുന്നു. ഒന്നാം തീയ്യതി നേദിച്ച നേന്ത്രപ്പഴം രണ്ടാം തീയ്യതി ഉച്ചയ്ക്കുള്ള ലേലത്തിൽ കിഴക്കേ നടയ്ക്കഹാജരായി. അസ്തമ യത്തോടുകൂടി അതുവീണ്ടും ശ്രൂപ്പൂപ്പട്ടരോട്ടുകൂടി അകത്തു കടന്നുകൂടി. മൂന്നാം തീയ്യതി ഇളയതിന്റെ ഹോട്ടലിൽ അതുപലഹാരത്തിനുളുക്കി. നാലാം തീയ്യതി പള്ളിശ്ശേരി പത്തനാടി പഴം കിട്ടാണ്ടു പരക്കം പാഞ്ഞുതുടങ്ങിയപ്പോൾ കുഞ്ഞിപ്പെണ്ണ് ചെന്ന് അത് വാങ്ങിക്കൊ ണ്ടുവന്നു. പത്തനാടിയും പഴവും മൂന്നുതവണ കുളത്തിൽ മുങ്ങി. അന്നത്തെ അത്താഴത്തിനു ചീഞ്ഞുതുടങ്ങിയിരുന്ന ആ ഇച്ചിൽപ്പഴം കണ്ണനാമുണ്ണിക്കു തിരുമുൽക്കാഴ്ചയായി. ഇങ്ങനെ അമ്പലത്തിലും ക്ലബ്ബിലും ശ്രീകോവിലിലും മാറിമാറി സഞ്ചരിക്കുമ്പോഴേക്കും ആ നേന്ത്രപ്പഴത്തിന്റെ ആയുസ്സും അസ്തമിച്ചു.

എനിക്ക് ഒന്നുവേട്ടാൽ കൊള്ളാമെന്നു തോന്നി. എന്റെ അഭിമതം ഇല്ലത്തുള്ളോരെ അറിയിച്ചു. അരമണിക്കൂറിലെ കരച്ചിലും പിഴിച്ചിലും കഴിഞ്ഞപ്പോൾ അച്ഛനും അമ്മയും കഷ്ടിച്ചു സമ്മതിച്ചു. നാലഞ്ചു സന്താനങ്ങളുടെ അച്ഛനായിട്ടുള്ള മൂസ്സിന് അതു സമ്മതമില്ല. ഞാൻ മുഷ്ടിക്കുപിടിച്ചു തീർച്ചപ്പെടുത്തി. വിവരം അറിഞ്ഞു സമീപസ്ഥരായ ഗൃഹക്കാരൻ പരിഭ്രമിച്ചു. എന്തിനു പറയുന്നു? ഈ സാധുവായ കനി ഷ്ഠന്റെ സജാതീയവിവാഹം ഇല്ലത്തുള്ളോർക്കാകട്ടെ, അടുത്തുള്ള വർക്കാകട്ടെ അടിയാൻ, കുടിയാൻ തുടങ്ങിയ മറ്റുചിലർക്കാകട്ടെ സമ്മതമില്ല. ഈ എതിർപ്പിനേയും ആക്ഷേപത്തേയും വകവെയ്ക്കാതെ അന്യന്റെ അന്തഃപുരത്തിൽനിന്ന് കാട്ടിലെ അരുവിപോലെ അസ്ത രംപശ്യമായ ഒരു തരുണിയെ സ്വീകരിക്കുക എന്നുവരുമ്പോഴേക്കും

നെപ്പോളിയന്റെ വാട്ടർല്യൂയുദ്ധം പോലെ എന്തെല്ലാം സാഹസങ്ങളും സംരഭങ്ങളുമാണ് ചെയ്യേണ്ടിവരുക? എന്തുകൊണ്ട്? കനിഷ്ടന് ഉറങ്ങാം, ഉത്സവം കാണാം, വിവാഹം പാടില്ലപോല്യം. ആഫ്രിക്ക യിലെ അടിമകളെപ്പോലെ, ഉയർന്നജാതിക്കാർ താഴ്ന ജാതികളെ പ്പോലെ, ഈ മൂസിന്റെയും വലിയാത്തേന്മാരുടെയും അടികളായി ഇതേവരെയും ഇന്നും എത്ര ബലിഷ്ടന്മാരായ കനിഷ്ടന്മാരാണ് അവി വാഹിതരായിരിക്കുന്നത് എന്ന് ഒന്നു ചിന്തിക്കാമോ? ടിലാക്ക് ഒരവ സത്തിൽ പറഞ്ഞപോലെ 'എന്റെ ജന്മാവകാശമാണ്, അതുഞാൻ നേടുകയും ചെയ്യും' എന്നുറച്ച് ഒന്നുനീണ്ടുനിർന്നുനിന്ന്, ഹേ കനിഷ്ട ന്മാരേ, നിങ്ങളൊന്ന പുറത്തേക്കിറങ്ങുവിൻ. ഈ കനിഷ്ട വിവാഹനി ഷേധവും ഒരുവിധം അന്ധവിശ്വാസത്തിന്റെ കുടപിറപ്പാണ്. അവയെ കുറയൊക്കെ അറുത്തുകളയുകയല്ലാതെ നമുക്ക് ഗത്യന്തരമില്ല.

'വി.ടിയുടെ വേളിയും ഇതാ കഴിഞ്ഞുകൂടി. ഇനി അദ്ദേഹ സമുദാ യത്തിനുവേണ്ടി മുമ്പിലത്തെമാതിരിയൊന്നും പ്രവർത്തിക്കുകയുണ്ടാ വില്ല. എല്ലാവരുടെയും കഥ ഇതുപോലെ തന്നെയാണ്' എന്നു ചില സ്നേഹിതർ അവിടെയും ഇവിടെയും വെച്ച് പറഞ്ഞു പരത്തുന്നതായി കർണ്ണാകർണ്ണികയാ എനിക്കും കേൾപ്പാനിടവന്നിട്ടുണ്ട്. ഭാഗ്യ വശാൽ കൂടി ഭാഗ്യവശാൽ ആറേഴുമാസങ്ങക്കുള്ളിൽ അതായത് ഏഴെട്ട പ്രഹസനത്തോട്ടുകൂടി പത്തുപതിനഞ്ചു കനിഷ്ട വിവാഹങ്ങ ളും അതിൽ കുറെയെണ്ണം പരിവേദനങ്ങളായും നടന്നുവെന്ന ഞാനും സമ്മതിക്കുന്നു. വൈവാഹിക വിഷയകമായ ഈ പരിവർത്തനം അവസരോചിതവും ആശാനുകൂലവും ആയിട്ടുണ്ടെന്നതിൽ എനിക്ക് ആക്ഷേപമില്ല. എന്റെ വിവാഹവും ഇക്കൂട്ടത്തിൽ ഒന്നാണെന്നല്ലാതെ എന്റെ സമുദായസേവനത്തെ തടയത്തക്കവണ്ണം ഒന്നായിട്ടല്ലാ ഞാൻ പരിഗണിച്ചിട്ടുള്ളത്.

അതായത്, വിവാഹം ഒരു കനിഷ്ടന്റെ ജന്മാവകാശമാണെന്ന ന്യായത്തിന്മേൽ വെറുമൊരു സുകൃത്യനിർവഹണം മാത്രമായിട്ടേ ഞാൻ കണക്കാക്കിയിട്ടുള്ളൂ. സൂക്ഷ്മമായി ആലോചിക്കുന്ന പക്ഷം യോഗക്ഷേമസഭകൊണ്ടാകട്ടെ യുവജനസംഘം കൊണ്ടാകട്ടെ സാധിക്കേണ്ടതായ സംഗതികൾ ഇനിയും വരാനിരിക്കുന്നതേയുള്ളൂ വെന്നാണെന്റെ ആത്മാർത്ഥമായ വിശ്വാസം. ഒരന്തർജ്ജനം പുതപ്പും കുടയും കൂടാതെ ഇമ്പാച്ചിപ്പേടി കൂടാതെ എടക്കുന്നിസഭയ്ക്ക ഹാജരായി

എന്നകരുതി നമ്പൂതിരി സമുദായത്തിലെ അന്തപുരം അപ്പടി പരി
ഷ്കരിച്ചുകഴിഞ്ഞു എന്ന് അഭിമാനിക്കാൻ അവകാശമായിട്ടില്ല. ഒരു
മിസിസ്സ് മുത്തിരിങ്ങോട് സ്വർണവളയിട്ടതുകൊണ്ടുമാത്രം ഒട്ടുവള
യ്ക്ക് ചെലവില്ലാതായിട്ടുമില്ല. നേരെ മറിച്ച് ഇതര സമുദായങ്ങളിലെ
സ്ത്രീകളെപ്പോലെ പഠിപ്പും പാസുമായി തൊഴിലും സമ്പാദ്യവുമായി
അന്തർജ്ജനങ്ങളും അവരുടെ എല്ലാവിധ സ്വാതന്ത്ര്യത്തോട്ടും കൂടി
അകറ്റി സമുദായത്തിന്റെ അകവും പുറവും പരിപോഷിക്കുന്നതെന്നോ
അന്നേ അസ്തമദ്യശന്മാരായ സമുദായസ്നേഹികൾക്ക് എന്നു തന്നെ
ഞാൻ ഊന്നിപറയട്ടെ, ഒട്ടെങ്കിലും അഭിമാനിക്കാനും ആശ്വസിക്കാ
നും അവകാശമുള്ളൂ.

സങ്കൽപലോകത്തിൽ ചിത്രീകരിച്ചിരുന്ന ആ സുവർണ്ണ ദശയി
ലേക്കുള്ള സോപാനത്തിന്റെ ആദ്യപടിയായി ഞാൻ കണക്കാക്കി
യിരുന്നത് ഒരന്തർജ്ജനമഹായോഗത്തിന്റെ ആവിർഭാവമാണ്.
നമ്മുടെ പഴയത്താര്യൻ നമ്പൂതിരിയെകൊണ്ട് പരിവേദനം ചെയ്യി
പ്പിച്ചതും ക്രൂർ നമ്പൂതിരിയെ പ്രായശ്ചിത്തം ചെയ്യിപ്പിച്ചതും ഒരു
പണ്ടാരത്തിലിനെ ഇംഗ്ലണ്ടിലേക്കയച്ചതും യോഗക്ഷേമസഭയാ
ണെന്നു നാം വിശ്വസിക്കുന്നുണ്ടെങ്കിൽ, ഐ.സി.എസ് അന്തർജ്ജ
നത്തെ സൃഷ്ടിപ്പാനും ഒരു പത്രാധിപരന്തർജ്ജനത്തെ സൃഷ്ടിപ്പാനും
എന്നുവേണ്ട ഒരു ഉൽപതിഷ്ഷ്ണുദ്യോതകമായ ഉൽകൃഷ്ടാദർശങ്ങൾ
പ്രവൃത്തിരൂപേണ കാണിച്ചതരുവാനും ഒരു ഒന്തർജ്ജനമഹായോഗം
കൊണ്ടേ സാധിക്കുകയുള്ളൂ. അന്തർജ്ജനമഹായോഗം ഇല്ലാതിരി
ക്കുന്നേടത്തോളം കാലം ആട്ടിടയന്മാർ ചെമ്മരിയാട്ടിൻ കൂട്ടത്തെ
എന്നപോലെ അസ്താദ്ദശന്മാരായ ഉൽപതിഷ്ണുക്കൾ ഏതാനും അന്തർ
ജ്ജനങ്ങളേയും ആട്ടിത്തെളിച്ച സഭാമണ്ഡപത്തിന്റെ വക്കും മുക്കും
അപഹരിച്ചതുകൊണ്ടുമാത്രം തൃപ്തിപെടേണ്ടിവരും.

പ്രകൃതത്തിൽ ഞാൻ ഒന്നുകൂടി ഓർമ്മപ്പെടുത്തട്ടേ അസുധീരനായ
ഡോ. കൃഷ്ണദാസ്, ഈ വിപ്ലവകാരിയായ വി.ടി., ആ പ്രിയംവദന
നായ പെരുമങ്ങാട്, തന്റെടമുള്ള തളിനമ്പൂതിരിപ്പാട്, യാഗശാ
ലയിലും യോഗക്ഷേമ ഹാളിലും കുസലില്ലാത്ത കുമ്മിണി രാമൻ
നമ്പൂതിരി എന്നീ പുതിയ ഗൃഹസ്ഥന്മാർ ഔപസനത്തോട്ടുകൂടിതന്നെ
ഇക്കൊല്ലത്തെ വാർഷികയോഗത്തിൽ ആസനസ്ഥരാവ്യമെന്നും
സ്വസ്ഥന്മാരിൽ പലരും പ്രതീക്ഷിച്ചിട്ടുണ്ടായിരിക്കാം. ഇന്നത്തെ

നിലയിൽ പ്രതീക്ഷ സഫലമാകുമെന്ന് സമാധാനിക്കാൻ എന്റെ അനുഭവം അനുവദിക്കുന്നില്ല.

കുറെ അന്തർജ്ജനങ്ങളെ ഘോഷാസമ്പ്രദായം കഴിഞ്ഞു സഭയിൽ ഹാജരാക്കുവാൻ ഏറ്റവും എളുപ്പമായ വഴി ഞാൻ നിർദേശിച്ചിട്ടുണ്ട്. എന്റെ മാന്യസുഹൃത്തായ മുത്തിരിങ്ങോട്ടമായി ഇതിനെപ്പറ്റി സംസാ രിച്ചിട്ടും ഉണ്ട്. എവിടെയെങ്കിലും സൗകര്യമുള്ള ഒരു സ്ഥലം ഏർപ്പെട ത്തി ഉൽപതിഷ്ണുഗൃഹസ്ഥന്മാരെല്ലാം അവരവരുടെ ഉത്തമാർദ്ധങ്ങളോ ട്ടുകൂടി അകത്തും നാം പുറത്തും ഇരുന്ന സമുദായ കാര്യങ്ങളെ കുറിച്ച് അഭിപ്രായങ്ങൾ ശേഖരിക്കക. അന്നന്നത്തെ സംസാരവിഷയം അതാത് ദിവസം തന്നെ ഭാര്യമുഖേന കൈമാറുക. എന്നുവെച്ചാൽ കൃഷ്ണൻ നമ്പൂതിരിയുടെ അന്തർജ്ജനമായ ഇട്ടിച്ചിരിയുടെ അഭിപ്രായം നങ്ങേമ മുഖേന അവളുടെ ഭർത്താവായ നാരായണൻ നമ്പൂതിരിക്ക മനസിലാക്കാം. നേരെ മറിച്ചും. ഇങ്ങനെ ഒരാഴ്ച കഴിഞ്ഞാൽ ഈ ഗൃഹസ്ഥന്മാർക്കും അവരുടെ പത്നിമാർക്കുമിടയിൽ വിറങ്ങലിച്ച നിൽക്കുന്ന ആ ആൾമറ അങ്ങുനീക്കാം. അതായത് വി.ടിയുടെ അന്തർജ്ജനത്തിനോട് മുത്തിരങ്ങോടന് സംസാരിക്കാം. മുത്തി രിങ്ങോടന്റെ അന്തർജ്ജനത്തിനോട് വി.ടി.ക്ക് സംസാരിക്കാം. ഏതാദൃശസമ്മേളനങ്ങൾ, സൗഹാർദ്ധസമ്മേളനങ്ങൾ, ഒരാറേഴുവട്ടം നടന്നുകഴിഞ്ഞാൽ ഒരുശബരിമല യാത്രപോലെ നമുക്കെല്ലാവർക്കും കൂടി ഒരു വാർഷികയോഗത്തിന് എത്തിച്ചേരാം. അന്തർജ്ജനയോഗ ത്തിന്റെ അത്യാവശ്യകതയെകുറിച്ച ഞാൻ പറഞ്ഞുവല്ലോ. അതിന്റെ ബീജാവാപമായി ഈ സൗഹാർദ്ധസമ്മേളനത്തെ കരുതാം. എന്റെ ആശാങ്കരം അതോട്ടുകൂടി ആയിക്കഴിഞ്ഞു. ഞാൻ അധികം വിസ്തരി ക്കുന്നില്ല. അതിന്റെ ഫലവും നമുക്കൊന്നാസ്വദിച്ച നോക്കുക.

കാലചക്രം കുറെ തിരിഞ്ഞു കഴിഞ്ഞു ഞാനും വൃദ്ധനായി. വൃദ്ധസാ ധാരണമായ അസ്വാസ്ഥ്യവും പാരവശ്യവും എന്നിലാവോളമായിക്ക ഴിഞ്ഞു. സമുദായകാര്യത്തിൽ എനിക്കുള്ള മുമ്പും കൈയും ഇല്ലാതായി. എനിക്ക് അതിൽ ശ്രദ്ധയും കുറഞ്ഞു. പോര എനിക്ക് ദഹിക്കാത്ത തായ ചില സംഗതികൾ നടന്നതായി കേൾക്കുമ്പോൾ വല്ലാത്തൊരു വല്ലായ്മയും തോന്നിഇടങ്ങി. ചിലരോട ഞാൻ ഗുണദോഷിച്ചനോ ക്കി, പറഞ്ഞാൽ കൂട്ടാക്കാത്തവരോട് പരിഭവിക്കാനും തയ്യാറായി. ചുരുക്കി പറഞ്ഞാൽ പല്ലുള്ളവരെ കണ്ടാൽ പരമപുച്ഛമെന്ന മട്ടായി.

ഏതായാലും പുരത്തറവിട്ടു പുറത്തിറങ്ങാതെ കഴിപ്പാൻ ഞാനുറച്ചുക ഴിഞ്ഞു. അന്ന് ആർക്കും ഒരാവശ്യമോ ആദരണീയമായ ഒരാദർശമോ കൂടാതെ അഖിലോപരി ആത്മാർത്ഥതയുടെ ഒരു കണികയെങ്കിലും തൊട്ടുകളിക്കാനില്ലാതെ ഇന്നത്തെപ്പോലെ എങ്ങനെയോ നടത്തി പ്പോരുന്ന ഞങ്ങളുടെ പത്തനടിമാരുടെ വകയായ 'ശ്രീദേവി'പ്പത്രവും കൈയിലെടുത്തു കൂടെക്കൂടെ മുറുക്കിത്തുപ്പി മൂക്കത്തു കണ്ണടയുമായി മുക്കാലും മനോരാജ്യവും ഏതാണ്ട് വായനയുമായി ചാരുകസാലയി ന്മേൽ ചാഞ്ഞുകിടന്ന ചാരുസുഖം അനുഭവിക്കുമ്പോൾ എനിക്ക് ഒരു കത്തു കിട്ടി. അത്, അന്തർജ്ജന മഹായോഗത്തിനുള്ള ക്ഷണക്ക ത്തായിരുന്നു. എന്നുമാത്രം ചുരുക്കിപ്പറയട്ടെ. കത്തുവായിച്ച ഉടനെ ഞാൻ കുറെ നേരം കണ്ണമടച്ചിരുന്നു. സഭയ്ക്ക് ഏതായാലും ചാടിവീഴുക തന്നെ എന്നുറച്ചു.

എന്റെ പഴയമാതിയിലുള്ള ഷർട്ടും തോൽപ്പെട്ടിയുമായി ഞാനും പുറപ്പെട്ടു. വണ്ടി ഷൊർണ്ണൂരിൽ നിന്നു വിട്ടു. ഇതിനിടയിൽ ഇംഗ്ലണ്ടിൽ നിന്ന് ഉപരിവിദ്യാഭ്യാസം കഴിഞ്ഞുവരുന്ന ഡോ. സാവിത്രിയോടൊപ്പം ഉണ്ടായിരുന്ന അധ്യക്ഷയെ ഷൊർണ്ണൂരിൽ വെച്ച സ്വീകരിച്ചപ്പോഴുണ്ടായ ആഘോഷത്തെപ്പറ്റിയൊന്നും ഞാൻ വർണ്ണിക്കുന്നില്ല. ഞൊടിയിടയിൽ വണ്ടി ചെറുതുരുത്തിയിലെത്തി. അഹോ! ആശ്ചര്യം. അതാ കുറെ സ്ത്രീകൾ കൈയിൽ പത്രവും റിസ്റ്റ് വാച്ചും കണ്ണടയുമായി സാരികൊണ്ട് പാഴിമട്ടിലുള്ള ഉടുപ്പും ധരിച്ച് കുറെ സ്ത്രീകൾആഗതർക്ക സ്വാഗതമരുളാനായി പ്ലാറ്റഫാറത്തിൽ അതാ അങ്ങിങ്ങ് ഓടി നടക്കുന്നു. ഇവരൊക്കെ അന്തർജ്ജനങ്ങ ളാണപ്പോല്യം? ആ 'ബോബ്'ചെയ്ത തരുണിയത്രെ, അന്തർജ്ജന മഹായോഗത്തിന്റെ സെക്രട്ടറിയായ കെ.എൻ.ഇട്ടിഷാപ്ലി, വണ്ടി നിന്നു. ഇട്ടിഷാപ്ലി ഞാൻ ഇരുന്നിരുന്ന മുറിയുടെ നേര ഒടി വന്നു. ഞാൻ അമ്പരന്നു നോക്കുമ്പോൾ, ആ സാധ്വി എന്റെ വേഷം കണ്ട് തൃപ്തിപ്പെടാഞ്ഞിട്ടായിരിക്കാം എന്നോട് ഒരക്ഷരവും മിണ്ടാതെ അതേ, അന്തർജ്ജനങ്ങളെ സാഹിത്യലോകത്തിലേക്ക് ആദ്യമായി അവതരിപ്പിക്കാൻ ഇടവന്നുവെന്നുള്ള കൃതാർത്ഥതയ്ക്ക് സർവ്വഥാ അർഹനാണെന്ന് അഭിമാനിച്ചിരുന്ന ഈ രജനീരംഗ കർത്താവിനെ ഇടിച്ചാക്കരപ്പന്മാരായ മൊരത്ത യാഥാർത്ഥിതികന്മാരെ തലങ്ങും വിലങ്ങും ഇടിച്ചമ്മർത്തിയ ഈ പ്രഹസനപ്രണേതാവിനെന്നു

തിരിഞ്ഞുനോക്കുക, പോലും ചെയ്യാതെ എന്റെ സഹയാത്രികനാ
യിരുന്ന ആലീമിമാം അവർകൾക്കു ഹസ്തദാനം ചെയ്ത് ഇംഗ്ലീഷിൽ
'വെൽക്കം' അരുളി. കൂട്ടത്തിൽ ജർമ്മനിയിലെ സുപ്രസിദ്ധമായ
'ഹ്യൂഗോകള്ളുബ്ബി'നെപ്പറ്റി എന്തോ ചിലതു രസകരമായി സംസാരി
ക്കുന്നതും ഞാൻ കേൾക്കാതിരുന്നില്ല.

ഒരൊന്നാന്തരം ഉൽപതിഷ്ണുവായിരുന്ന കാലത്ത് 'വിഷുക്കോട്ടം'
എന്ന കഥയിൽ ഒരു യുവാവ് പെൺകുട്ടിയെ ചുംബിച്ചു എന്നെഴുതിയ
തിന്റെ കുറ്റംകൊണ്ട് ചെറിയമ്മയുടെ ചാത്തത്തിന് ആളെ കിട്ടാതെ
നട്ടം തിരിഞ്ഞിട്ടുള്ള ഞാൻ ഒരന്തർജ്ജനം ആലീമിമാം അവർകളുടെ
കൈകോർത്തു പിടിക്കുകയും കൈ ചുംബിക്കുകയും ചെയ്യുന്നതു
കണ്ടപ്പോൾ ഏതെല്ലാം വികാരങ്ങൾക്കാണ് അധീനനായതെന്നും
വിവരിക്കുവാൻ ഇവിടെ സാധ്യമല്ല. ഏതാനും നിമിഷങ്ങൾക്കു
ള്ളിൽ സ്റ്റേഷൻ ഗേറ്റിനപ്പുറത്തു വരിവരിയായി നിരത്തിയിരുന്ന
കാറുകളിൽ ജാതിയും മതവ്യമെന്നിയേ, സ്ത്രീപുരുഷഭേദ മെന്നിയേ,
അഹമഹമികയാ വിജയകാഹളം മുഴക്കിക്കൊണ്ട് ആ വലിയ
ജനക്കൂട്ടം സഭാ സ്ഥലത്തെത്തിക്കഴിഞ്ഞു. ഞാനും ആ പണ്ടത്തെ
പരിചയമനുസരിച്ച ശീലക്കുട കക്ഷത്തിലും തോൽപ്പെട്ടി കൈയിലും
നിരാശമനസ്സില്ലുമായി അവരെ പിൻതുടർന്നു. സഭാഹാളിന്റെ ഉമ്മറ
ത്ത് എത്തി. അൽഭുതമെന്നേ പറയേണ്ടൂ. ആഗേറ്റിങ്ങൽ കണ്ട കാഴ്ച!
കാശി സർവകലാശാലയിലും കേംബ്രിഡ്ജിലും പഠിച്ചവരുന്ന
നമ്പൂതിരിബാലികമാരുടെ സുശിക്ഷിതവും സുരക്ഷിതവുമായ സന്നദ്ധ
സംഘം അതാ രണ്ടുവരിയായി നിൽക്കുന്നു. അവർ ആവേശത്താൽ
മതിമറന്ന് അത്യുച്ചത്തിൽ മംഗളാശംസകൾ മുഴക്കുന്നു. എന്തൊരു
കഥയാണിത്? ഒരു കാലത്ത് ഒരില്ലത്തെ അതിഥിയുടെ നിലയിൽ
ഉണ്ണാനിരിക്കുമ്പോൾ എന്റെ കാതിമ്പം കൊട്ടുക്കുന്ന ഒരു വളക്കില
ക്കം വടക്കിനിയിൽ നിന്നു കേട്ടപ്പോൾ കണ്ണൊന്നാവഴിക്കു പാഞ്ഞു
പോയതിനെക്കണ്ട ഗൃഹനാഥൻ 'മോന്തക്കുർപ്പിച്ചതായി' കണ്ടു പരി
ചയിച്ച ഇയ്യുള്ളവൻ ഇക്കാണുന്നതെല്ലാം കിനാവിലേ എന്നു സംശ
യിക്കാതിരുന്നില്ല. ചെറിയ ചേലപ്പുതപ്പുകൊണ്ട് ഒരലഞ്ഞമട്ടിൽ
ദേഹമാവരണം ചെയ്ത് ഒരു പെരും കൂറ്റൻ മറക്കുടയും ചെരിച്ചുപിടിച്ച്
ഒരു മൂട്ടപ്പെണ്ണിനെ പിന്നിലും ഒരു കൂറ്റൻ വാലിയക്കാരനെ മുൻപിലും
നടത്തി അങ്ങേതിലെ കുഞ്ഞിപ്പെണ്ണിന്റെ പുടമുറിക്കല്ല്യാണത്തേയും

പൂമുള്ളി മനയ്ക്കലെ ഓണപ്പടവസദ്യയേയും പറ്റി അവനമായി സരസ സല്ലാപം ചെയ്തുകൊണ്ട് കാൽനടയായി ഗുരുവായൂർക്ക തൊഴാൻ പോകുന്നയും വെള്ളിയാങ്കല്ലിൽ വാവുകുളിക്കാൻ വരുന്നയും കണ്ട് കഷ്ടം എന്നുപോല്യം പറയാൻ കഴിയാത്ത ഈ ഞാൻ, ഇക്കാണുന്ന തൊക്കെ ആ അന്തർജ്ജനങ്ങളുടെ അനന്തരസന്താനങ്ങളാണെന്ന വിശ്വസിക്കാൻ ഈ കിഴവനെക്കൊണ്ടു സാധിച്ചില്ല.

കൂട്ടത്തിൽ പറയട്ടെ. വഴിയാത്രയിൽ അസംഗതമായി എന്നെ പ്പോല്യള്ള യുവജനങ്ങളെ കണ്ടുമുട്ടുവാൻ ഇടവന്നാൽ അക്കൂട്ടർ കാട്ടി യിരുന്ന ഗോഷ്ടികൾ... കടകൊണ്ടും പുതപ്പുകൊണ്ടും കാട്ടിയിരുന്ന ആ ഗോഷ്ടികൾ... എനിക്കോർമ്മവന്നു. ഇല്ലത്തെ പ്രഹസനത്തിന് അന്തർജ്ജനങ്ങളെ ക്ഷണിക്കാൻ പോയ തൊണക്കാരത്തിയുടെ മുഖത്തു കാക്കിരിച്ചതുപ്പാനും ചൂട്ടുള്ള ചുക്കുവെള്ളം കൊണ്ടുവന്ന് തലയിലൊഴിക്കാനും മടിക്കാത്ത ഒരു കലിയത്തെപ്പത്തനാടിയുടെ മകളുടെ മകളാണത്രെ ഈ സന്നദ്ധസംഘത്തിന്റെ ക്യാപ്റ്റൻ.

ലഘുഭക്ഷണാനന്തരം കൃത്യസമയം രണ്ടമണിക്ക് സഭ ആരംഭിച്ചു. ഞാൻ ഭയപ്പെട്ടും ശങ്കിച്ചും മനസില്ലാമനസോടെ പതുങ്ങിപ്പാളി സഭാഹാളിന്റെ ഒരു മൂലയിൽ ഒതുങ്ങിക്കൂടി. ഇന്നാണെങ്കിൽ ആ സ്ഥാനത്ത് ഒരു പയ്യൂര് നമ്പൂതിരിയൊയിരിക്കും കണ്ടെത്തുക. പുതിയ പുതിയ സംഗതി കാണുമ്പോൾ ചെവിവട്ടം പിടിച്ച വില റിയെട്ടക്കാറുള്ള ആ പശു ആ പശു ശ്രദ്ധ പശു ഓത്തന്മാർക്ക് ഒരു മൂത്രക്കഴിവേണമെന്ന കാണിച്ചുകൊണ്ട് നൂറുതവണ ഹർജി അയച്ചിട്ടും അനുവദിക്കാത്ത കൊച്ചി ഗവർമെന്റിനെപ്പറ്റി ആക്ഷേ പിച്ചുകൊണ്ട് യോഗക്ഷേമം പത്രത്തിൽ മുഖപ്രസംഗം എഴുതാത്ത കുറ്റത്തിന് 'താനൊരു തിരുനാവായ ഓത്തനായതുകൊണ്ടല്ലേ ശപ്പാ' എന്ന ശകാരവർഷവും ചൊരിഞ്ഞ ആ പശുവിന്റെ നിലയിലാകാതെ കഴിഞ്ഞാൽ കൊള്ളാമെന്നായിരുന്നു എന്റെ മോഹം. ആകപ്പാടെ അവിടത്തെ സമ്പ്രദായങ്ങളും നടപടികളും കണ്ട് ഹൃദയത്തിൽ ഒരു വിറകേറി. തലയോട്ടിൽ ഒരു കൊടുങ്കാറ്റ് അടിച്ച് തുടങ്ങി. ഫ്ശ്ട്ട ട്ടിൽ തുരുതുരെ എത്തിച്ചേരുന്ന മാന്യാഥിതികളെ ഈ അന്തർജ്ജ നത്തരുണികൾ പാശ്ചാത്യമട്ടിൽ കൈകൊട്ടുക്കുന്നയും കൈ ചുംബി ക്കുന്നയും കണ്ടാൽ മറ്റൊരു പയ്യൂര് നമ്പൂതിരിയായിത്തീർന്ന ഞാൻ എങ്ങനെ ചൊടിക്കാതിരിക്കും. ആ രംഗം ഒന്നുമാറി. മിസ് ജോൺ

അധ്യക്ഷപദം അലങ്കരിച്ച്. പുരുഷവിദ്വേഷപരമായ അധ്യക്ഷപ്ര
സംഗം കൊണ്ട് സ്ത്രീ ഹൃദയങ്ങൾക്കൊരു ചൂടുപിടിച്ചു. എരിഞ്ഞുകൊ
ണ്ടിരിക്കുന്ന എന്റെ യാഥാസ്ഥിതിക ഹൃദയകുണ്ഡം പുകഞ്ഞു കത്തി
ത്തുടങ്ങി. കറാച്ചിയിൽ നിന്ന് കാലിഫോർണിയയിലേക്ക് പോകുന്ന
ആകാശവിമാനത്തിൽ വെച്ച് ഡോ. ഇട്ടിച്ചിരിയും മിസ്റ്റർ ജോർജ്ജും
തമ്മിലുണ്ടായ ആ ഗാന്ധർവ്വ വിവാഹത്തെ സംബന്ധിച്ച് ഹാജരാ
ക്കിയ അനുമോദനപ്രമേയവും ഐക്യകണ്ഠേന പാസായി. അതേ
നായർതരുണികളെ സംബന്ധം എന്ന ന്യായത്തിൽ അത്താഴം
കഴിഞ്ഞ് അരമണിക്കൂർ നേരം അവരുമായി സൈ്വരജീവിതം
നയിച്ചവന്നിരുന്ന സംബന്ധക്കാരെ തലങ്ങും വിലങ്ങും ശകാരിച്ചും
ശിക്ഷിച്ചും സമുദായത്തിന്റെ കണ്ണിലുണ്ണിയായിത്തീർന്ന ഞാൻ
ഒരു ജോർജ്ജും ഇട്ടിച്ചിരിയുമായുണ്ടായ വിവാഹാനുമോദനത്തിൽ
പങ്കുകൊള്ളുകയോ? ശാന്തം പാവം! എനിക്കു കോപം സഹിപ്പാൻ
പാടില്ലാതായി. എന്റെ ഉടലാസകലം കോരിത്തരിച്ചു. എന്റെ കണ്ണട
മൂക്കത്തുനിന്നു വീണതു ഞാൻ അറിഞ്ഞിട്ടില്ല. ഞൊടിയിടയിൽ ഒരു
യാഥാത്ഥിതികപ്പിശാചായിത്തീർന്ന ഞാൻ സ്വസ്ഥാനത്തുനിന്ന്
എണീറ്റ് ഈർഷ്യയും വാശിയും കുടിക്കലെർന്നുള്ള ഒരു 'വെങ്കല'ഭാഷ
യിൽ അതൃച്ചത്തിൽ 'ഈ ഏടുകൾ കുരുത്തം കെട്ടുപോകട്ടെ' എന്ന്
അലറി. സദസ്യരൊട്ടാകെ നന്നായി ആർത്തുവിളിച്ചു. ഈ കാഴ്ച
കാണാൻ വയ്യെന്നുള്ള നാട്യത്തിൽ ആദിത്യനും അന്തർദ്ധാനം ചെയ്തു.
അന്നത്തെ സൂര്യാസ്തമയത്തോട്ടുകൂടി എന്റെ സമുദായപ്രവർത്തനവും
നിലച്ചു. ഈ സംഭവത്തിനുശേഷം അന്നത്തെ യുവകവികൾ 'ആ
രംഗം സർവ്വമാച്ഛാദിതമഹഹ ചിരാൽ കാലമാം ജാലവിദ്യക്കാരൻ
തൻ പിഞ്ചരികോച്ചാലനമുലകിൽ വരുത്തില്ലയെത്തന്മാറ്റം' എന്ന്
കൂടെക്കൂടെ പാടി നടക്കുന്നുണ്ടാവാം.

(1930 ഒക്ടോബർ 24ന് ആലിയത്തൂർ ഉപസഭയിൽ വി.ടി. നടത്തിയ പ്രസംഗം).

നമ്പൂതിരിമാർക്ക് 1945ൽ ഒരുപദേശം

ഇ.എം.എസ്. നമ്പൂതിരിപ്പാട്

പത്തുകൊല്ലം മുൻപ് ഞാൻ സമുദായ പ്രസ്ഥാനത്തിൽ നിന്നും വിട്ടുപോയത് എന്തുകൊണ്ടായിരുന്നു? സമുദായികമായി ഇനി യാതൊന്നും ചെയ്യാനില്ല. സമുദായപ്രവർത്തകരുടെ ഉദ്ദേശ്യങ്ങളെല്ലാം നേടിക്കഴിഞ്ഞിരിക്കുന്നു. ഇനി രാഷ്ട്രീയ പ്രവർത്തനം മാത്രമേ ആവശ്യമുള്ളൂ എന്ന അഭിപ്രായം എനിക്കുണ്ടായതുകൊണ്ടാണോ? ഒരിക്കലുമല്ല. കാൽ ന്യൂറ്റാണ്ടുകാലത്തെ സമുദായ പ്രവർത്തനത്തിന്റെ ഫലം സമുദായത്തിലെ ചെറിയൊരുവിഭാഗത്തെ മാത്രമേ സ്പർശിച്ചിട്ടുള്ളൂവെന്നും സമുദായത്തിലെ ബഹുഭൂരിപക്ഷം സ്ത്രീപുരുഷന്മാർ അന്ധവിശ്വാസങ്ങളുടെയും അനാചാരങ്ങളുടെയും പിടിയിൽ തന്നെ കിടക്കുകയാണെന്നും എനിക്ക് അന്ന് ബോധ്യമുണ്ടായിരുന്നു. അങ്ങനെയുള്ള സമുദായത്തെ ഇനി മുന്നോട്ട് നീക്കേണ്ടത് ഏതുവഴിക്കാണെന്നും അതിനെന്ത് ചെയ്യണമെന്നും എനിക്ക് വ്യക്തമായ അഭിപ്രായമുണ്ടായിരുന്നു. അത്, അക്കാലങ്ങളിലെഴുതിയ കുറെ ലേഖനങ്ങളിലും അക്കാലത്തു നടന്ന ചില ഉപസഭാവാർഷികയോഗങ്ങളിലെ പ്രസംഗങ്ങളിലും ഞാൻ പ്രകടിപ്പിക്കുകയുണ്ടായിട്ടുണ്ട്.

എന്നെപ്പോലെ ചിന്തിക്കുന്നവരുടെ കഥ പറയട്ടെ, രാഷ്ട്രീയ

രംഗങ്ങളിൽ കുറെ നമ്പൂതിരി യുവാക്കന്മാരെ ഇറക്കാൻ ഞങ്ങൾ
ക്ക് കഴിഞ്ഞുണ്ടെന്നതു പരമാർത്ഥമാണ്. ഇതിന്റെ നേരിയൊരല
സമുദായത്തിലും അടിച്ചിട്ടുണ്ട്. പക്ഷേ, 1930,32ലെ ദേശീയപ്രസ്ഥാ
നത്തിനുണ്ടായ സ്വാധീനശക്തിപോലും ഞങ്ങളുടെ രാഷ്ടീയ പ്രവർ
ത്തനത്തിനു സമുദായത്തിന്റെ നിത്യജീവിതത്തിൽ ഉണ്ടായിട്ടില്ല.
ജയഭേരി തുടങ്ങിയ യാഥാസ്ഥികത്വത്തെ പൊതിച്ച് സമുദായത്തെ
മുന്നോട്ട് കൊണ്ടുപോകണമെങ്കിൽ സമുദായത്തിലെ എല്ലാ വിഭാ
ഗക്കാരെയും യോജിപ്പിക്കുന്ന ഒരു പരിപാടിയുണ്ടായിരിക്കണം.
ആ പരിപാടിയാകട്ടെ, സമുദായത്തെയാകെ ആകർഷിക്കുന്നതും
സമുദായത്തിലെ എല്ലാ വിഭാഗങ്ങളുടെയും പ്രായോഗിക പ്രശ്നങ്ങൾ
ക്ക് പരിഹാരം കാണാനതകുന്നതുമായിരിക്കണം. അത്തരമൊരു
പരിപാടിയുണ്ടാക്കാൻ ഈ വാർഷിക യോഗത്തിൽ വെച്ച നമുക്ക
കഴിഞ്ഞാൽ പേരാമംഗലം മുൽക്ക് ഭിന്നിച്ച നിൽക്കുന്നവരെയെല്ലാം
നമുക്ക് യോജിപ്പിക്കുവാൻ കഴിയും. അതുകൊണ്ട് അങ്ങനെയൊരു
പരിപാടിയുണ്ടാക്കുന്ന കാര്യത്തിൽ ഈ യോഗത്തിന്റെ ശ്രദ്ധമുഴുവൻ
ചെല്യുത്തുമെന്ന ഞാനാശിക്കുന്നു.

പെൺകൊട കഴിയാൻ ഇന്നുള്ള വിഷമങ്ങൾ തീർക്കുകയെന്ന
തായിരിക്കണം നമ്മുടെ പരിപാടിയെന്നുഞാനഭിപ്രായപ്പെടുന്നു.
ധനികദരിദ്രവ്യത്യാസമോ ഉൽപതിഷ്ണു യാഥാസ്ഥിതികഭേദമോ
മറ്റ വ്യത്യാസങ്ങളോ ഇല്ലാതെ ഓരോ നമ്പൂതിരിയെയും അലട്ടുന്ന
ഒരൊറ്റ പ്രശ്നം ഇതാണ്. പെൺകൊട കഴിയാതെ ഇരിക്കുന്ന പെൺ
കിടാങ്ങളുടെ സദാചാരത്തെ കുറിച്ച് ഗൗരവാവഹമായ പല ആക്ഷേ
പങ്ങളും ഒട്ടേറെ സ്ഥലത്തുനിന്നും കേൾക്കുകയുണ്ടായി. അവരുടെ
ഊരും പേരും പറയണമെന്ന് ഞാൻ വിചാരിക്കുന്നില്ല. പക്ഷേ,
അവയെകുറിച്ച് സൂക്ഷ്മമായ ഒരന്വേഷണം നടത്തിയതിൽ നിന്നും
എനിക്കുണ്ടായ അഭിപ്രായം വരാൻപോകുന്ന സംഭവങ്ങളുടെ ഒരു
സൂചനയാണിതെന്നാണ്. പെൺകൊട കഴിയാൻ ഇന്നുള്ള വിഷമം
തീർക്കുന്നതിനുവേണ്ടി സമുദായം കാര്യമായി ശ്രമിച്ചിട്ടില്ലെങ്കിൽ,
സ്വന്തം അനാസ്ഥയുടെ ഫലമായി നടക്കുന്ന വ്യഭിചാരത്തിന്റെ
ഉത്തരവാദിത്വം സ്വയം ഏറ്റെടുക്കുകയെങ്കിലും സമുദായത്തിനുചെ
യ്യേണ്ടിവരും.

എന്റെ അഭിപ്രായത്തിൽ ഈ പ്രശ്നത്തിന പരിഹാരം കണ്ടുപി ടിച്ചാൽ സമുദായത്തിന്റെ എല്ലാ പ്രശ്നങ്ങൾക്കും പരിഹാരമായി. വേളികഴിക്കാനുള്ള വിഷമത്തിന്റെ പിന്നിലുള്ളതു ജീവിക്കാനുള്ള വിഷമമാണ്. സ്വയം ജീവിക്കാനും കുടുംബം പുലർത്താനുള്ള കഴിവി ല്ലാത്ത നമ്പൂതിരി യുവാവ് എത്ര പഠിപ്പുള്ള പെണ്ണിനെ കിട്ടിയാല്യം വേളി കഴിക്കാൻ മടിക്കും. അങ്ങനെ വേളികഴിക്കാനുള്ള മടിയും കോവിലകത്തെ കൂട്ടിരിപ്പിനുള്ള സൗകര്യവുമാണ് നമ്പൂതിരിയുവാ ക്കളെ സംബന്ധക്കാരാക്കി തീർക്കുന്നത്. ജീവിക്കാനും കുടുംബം പുലർത്താനുമുള്ള കഴിവുണ്ടാക്കുന്നതിന പകരമായിട്ടാണ് ഇന്നു നമ്പൂതിരി യുവാക്കന്മാർ സ്ത്രീധനം ആവശ്യപ്പെടുന്നത്. ഈ പരമാർ ത്ഥങ്ങൾ മറന്നുകൊണ്ടാണ് സ്ത്രീധന നിരോധനവാദവും വിജാതീ യവിവാഹ നിരോധന വാദവും സ്ത്രീ വിദ്യാഭ്യാസ വാദവും മുന്നോ ട്ടുവരുന്നത്. നമ്പൂതിരിയുമായി താരതമ്യപ്പെടുത്തി നോക്കുമ്പോൾ അവരുടെ ഇടയിൽ വിജാതീയ വിവാഹം ഇല്ലെന്നതന്നെ പറയാം. വിദ്യാഭ്യാസത്തെ സംബന്ധിച്ചാണെങ്കിൽ ഇത്രയധികം പഠിപ്പും പരിഷ്ക്കാരവും സിദ്ധിച്ച യുവതികൾ കേരളത്തിലെന്നല്ല, ഇന്ത്യയിൽ തന്നെ നായർ സമുദായത്തിലോളം ഉണ്ടെന്നതോന്നുന്നില്ല.

ഇങ്ങനെയെല്ലാമായിരുന്നിട്ടും നമ്പൂതിരി സമുദായത്തിന്റെ വിവാഹപ്രശ്നത്തെ കുറിച്ച് ഉദാഹരണമായി ഞാൻ പറഞ്ഞ തൃശ്ശൂർ, ഇരിങ്ങാലക്കുട ഗ്രാമങ്ങളെപ്പോലുള്ള പ്രദേശങ്ങൾ നായർ സമുദായ ത്തിനുമുണ്ട്. സ്വന്തം നാട്ടിൽ തന്നെ ഇരന്നും തെണ്ടിയും കഴിഞ്ഞുക ട്ടുന്നവരും അങ്ങനെപോല്യം ജീവിക്കാൻ വകയില്ലാതെ കൊങ്ങില്യം കൊളമ്പില്യം പോയി 'മലയാളിച്ചി'കളായിക്കഴിയുന്നവരുമായ നായർ യുവതികളെ കാണുമ്പോൾ സമുദായഭിമാനികളായ നായന്മാരുടെ രക്തം തിളയ്ക്കുമെങ്കിൽ ഹൃദയാലുക്കളായ അന്യസമുദായാംഗങ്ങളുടെ ഹൃദയം മരവിച്ചുപോകും. ആ വഴിക്കാണ് നമ്പൂതിരി സമുദായം പോകുന്നതെന്ന് വ്യക്തമായിക്കാണാൻ കഴിയുന്ന ഒരു നമ്പൂതിരി ക്കാകട്ടെ, കഴിഞ്ഞ പത്തുകൊല്ലമായി സാമുദായിക പ്രസ്ഥാനത്തിൽ കടന്നുകൂടിയിട്ടുള്ള കക്ഷി മത്സരങ്ങളില്ലാതാക്കി, സമുദായത്തിന്റെ നിർജ്ജീവതയെ അവസാനിപ്പിക്കാൻ വേണ്ടി പ്രവർത്തിക്കാനുള്ള പ്രചോദനം കിട്ടും.

നായരുടേതെന്നപോലെ നമ്പൂതിരിയുടെയും കുടുംബബന്ധവും ജീവിതരീതിയും അപ്പാടെ മാറിവരുന്ന ഒരു സന്ദർഭമാണിത്. കേരള ത്തിലെ ഏറ്റവും മുന്തിനില്ക്കുന്ന സമുദായമാണ് തങ്ങളെന്ന ധാരണ കളഞ്ഞ് പാപ്പരത്തത്തിന്റെ വക്കത്താണ് തങ്ങളിന്ന നില്ക്കുന്ന തെന്ന നമ്പൂതിരിമാർ മുഴുവൻ മനസിലാക്കേണ്ട സമയമാണിത്. ദുരഭിമാനവും താൻ പ്രമാണിത്തവും കളഞ്ഞ് ഓരോ അന്തർജ്ജനവും പ്രവൃത്തിയെടുത്തു ജീവിക്കാൻ പഠിച്ചില്ലെങ്കിൽ സമുദായത്തിലെ പാവപ്പെട്ടവർ തെണ്ടാനും വ്യഭിചരിക്കാനും കള്ളത്തരം ചെയ്യാനും തുടങ്ങുന്നതോടൊപ്പം പണക്കാരായവർ അധികൃതന്മാരുടെ കാൽ നക്കികളായി സ്വന്തം പദവി നിലനിർത്തുന്ന കാലമാണിത്. ഈ ബോധം സമുദായത്തിലൊരു ഗണ്യമായ വിഭാഗത്തിനെങ്കിലും ഉണ്ടായാൽ യോഗക്ഷേമ സഭ വീണ്ടും ജീവിക്കും. ഇല്ലെങ്കിൽ ഈ വാർഷികയോഗം തന്നെ ചത്ത കുതിരയെ ജീവിപ്പിക്കാൻ ശ്രമിപ്പി ക്കുന്നതുപോലെ നിഷ്പ്രയോജനകരമായ ഒരു ശ്രമമായി കലാശിക്കും.

അടുത്തകാലത്തായി ഭാഗം വാങ്ങി വേറെ താമസിക്കുന്ന നമ്പൂ തിരിമാരെത്രയോ ഉണ്ട്. അവരിൽ ചുരുങ്ങിയതോതിലെങ്കിലും വ്യ വസായങ്ങൾ തുടങ്ങാൻ കഴിവുള്ളവർ പലരുമുണ്ട്. അവരിലധികം പേരും ഒന്നുകിൽ ഭ്രസ്വത്തിനെത്തന്നെ ആശ്രയിച്ചു കഴിയുന്നു. അത്യാവശ്യം ചിലർ മാത്രം ചുരുങ്ങിയ തോതില്ലുള്ള കച്ചവടമോ കൃഷിയോ തുടങ്ങുന്നു. പക്ഷേ എണ്ണപ്പെട്ട ഒരൊറ്റ എസ്റ്റേറ്റോ ഒരു നമ്പൂതിരി തുടങ്ങിയതായി എന്റെ ദൃഷ്ടിയിൽപ്പെട്ടിട്ടില്ല. ഈ നില തുടർന്നുവരുന്ന പക്ഷം പണിയെടുത്തു ജീവിക്കാൻ പഠിക്കണമെന്ന നമ്മുടെ പ്രസംഗം പാവപ്പെട്ടവർ കൂലിക്കാരായും പണക്കാരായവർ മികച്ച വ്യവസായനേതാക്കന്മാരായും ജീവിക്കുകയെന്ന പ്രവൃത്തി യായി രൂപാന്തരപ്പെടാത്തപക്ഷംനമ്പൂതിരിയുടെ ഭാവിയെന്തായിരി ക്കുമെന്നു ഞാനാവർത്തിക്കുന്നില്ല. ആ ഭയങ്കരമായ ഭാവി വരാതെ കഴിക്കാൻ നാമെന്തു ചെയ്യണമെന്നു ചൂണ്ടികാണിക്കുക മാത്രമാണ് ഞാനിവിടെ ചെയ്യുന്നുള്ളൂ.

ബ്രാഹ്മണ്യം നശിപ്പിക്കാതെ സമുദായത്തിന്റെ പ്രശ്നങ്ങൾക്ക പരിഹാരം കാണാൻ കഴിയുമെങ്കിൽ ബ്രാഹ്മണ്യം നശിച്ചേ കഴിയൂ എന്നെനിക്ക സിദ്ധാന്തമൊന്നുമില്ല. യോഗക്ഷേമസഭയുടെ

വി.ടി. ഭട്ടതിരിപ്പാടിന്റെ കൈപ്പട

ആദ്യകാലത്തെ നേതാക്കന്മാരുടെ മാതൃക അനുസരിക്കാൻ മാത്രമേ ഞാൻ നിങ്ങളോടഭ്യർത്ഥിക്കുകയുള്ളൂ. ജന്മിത്വത്തെ അടിസ്ഥാനമാക്കിയുള്ള മനോഭാവം മാറണം. ജന്മി സമ്പ്രദായത്തിൽ കൃഷിക്കാരെ രക്ഷിക്കാനല്ല. അതിനായിരുന്നുവെങ്കിൽ ഞാൻ നിങ്ങളെയല്ല കൃഷിക്കാരെയാണ് സമീപിക്കുക. തങ്ങൾ ജന്മികളാണെന്നും ജന്മി സമ്പ്രദായത്തിന്റെ നിലനിൽപ്പാണ് ഞങ്ങളുടെ രക്ഷയെന്നും ധരിച്ചിരുന്നാൽ നമ്പൂതിരിമാരാണ നശിക്കുന്നതെന്നതുകൊണ്ടാണ് ജന്മിമനോഭാവം കളയണമെന്ന ഞാൻ നിങ്ങളോടഭ്യർത്ഥിക്കുന്നത്. തകർന്നുവരുന്ന ജനവിഭാഗമാണ് ജന്മിയെന്ന് ബുദ്ധിയുള്ള

ഏതൊരാൾക്കും കാണാൻ കഴിയും. പണ്ടൊരുകാലത്ത് നാട്ടിലെ പ്രമാണിയും പണക്കാരനും ജനസ്വാധീനക്കാരനും ജന്മിയായിരുന്നു. അയാൾക്കു നാട്ടുകാരെ അടക്കിവയ്ക്കാനും അധഃകൃതന്മാരെ സ്വാധീനിക്കാനും കഴിഞ്ഞിരുന്നു. അയാൾക്കുള്ളത്ര സ്വത്തും ആദായവും മറ്റാർക്കുമുണ്ടായിരുന്നില്ല. ഇന്നോ ആ സ്ഥാനം പോയിരിക്കുന്നു. കച്ച വടക്കാരനും കമ്പനിയുടസ്ഥനമാണിന്ന പ്രമാണിയും പണക്കാരനും. പൂമുള്ളി നമ്പൂതിരിപ്പാട് സമുദായത്തിലെ ഏറ്റവും വലിയ ജന്മിയാണ്. അദ്ദേഹത്തെക്കാൾ അധികം ആധായം കിട്ടുന്നവർ പണ്ടു കാലത്തുകു റവായിരുന്നു. ഇന്നാകട്ടെ അദ്ദേഹത്തേക്കാളധികം ആദായം കിട്ടുന്ന കച്ചവടക്കാർ, തോട്ടക്കാർ, കമ്പനിയുടമസ്ഥന്മാർ മുതലായവർ കേരളത്തിൽത്തന്നെ ധാരാളമുണ്ട്. ജനങ്ങളുടെയും അധികൃതന്മാര ടെയും അടുത്തുള്ള സ്വാധീനശക്തിയേ കുറിച്ച പറയുകയേ വേണ്ട. അതുകൊണ്ട് പണ്ടകാലത്തു ജന്മിക്കുണ്ടായിരുന്ന ഉയർന്ന സ്ഥാനം നിലനിർത്തണമെങ്കിൽ, വ്യാപാരവും വ്യവസായവും പരിഷ്കരിച്ച വൻകിട കൃഷിയുമാണ് ഇന്നത്തെ സാമ്പത്തിക ഘടനയെ നിയ ന്ത്രിക്കുന്നതെന്ന മനസിലാക്കണം.

അതായത് ഇന്നു നമുക്ക നേരിടാനുള്ള സാമുദായിക പ്രശ്നങ്ങൾക്ക പരിഹാരം തേടണമെങ്കിൽ, നാം ബ്രാഹ്മണ്യത്തിന്റെ നാലതിരുകൾ കടന്നു പുറത്തുപോണം. ലോകത്തിന്റെയും ഇന്ത്യയുടെയും കേരളത്തി ന്റെയും മാറിമാറിവരുന്ന സാമ്പത്തിക സ്ഥിതിക്കനസരിച്ച് നമുക്ക് ജീവിക്കാൻ കഴിയണമെങ്കിൽ ജന്മിയായിരുന്ന പാട്ടം പിരിച്ച് നാൾക്കുനാൾ കഴിക്കുന്നതിനു പകരം വ്യാപാരപരവും വ്യവസായിക വുമായ തുറകളിൽ പ്രവേശിച്ച തങ്ങളുടെയും നാട്ടുകാരുടെയും സ്വത്തു വർധിപ്പിക്കാൻ നാമൊരുങ്ങണം. ഇതു രണ്ടും നാം ചെയ്തില്ലെങ്കിൽ, ഇത്രുകാലം നാം നടത്തിയ സമുദായപരിഷ്കാരപ്രവർത്തനമൊന്നും നമ്മെ പരിഷ്കരിക്കാൻ പര്യാപ്തമാവുകയില്ല.

(നമ്പൂതിരിയെ മനുഷ്യനാക്കാൻ, ഓങ്ങല്ലൂർ പ്രസംഗത്തിലെ പ്രസക്തഭാഗങ്ങൾ).

●

ഇനി നമുക്ക് അമ്പലം തീകൊളുത്തുക

വി.ടി. ഭട്ടതിരിപ്പാട്

കേരളത്തിൽ എവിടെ നോക്കിയാലും അഹംഭാവംകൊണ്ട് തല ഉയർത്തിപ്പിടിച്ചുനിൽക്കുന്ന പള്ളികളും അമ്പലങ്ങ ളുമാണ് കാണുന്നത്. ഇതു കണ്ടുകണ്ട് മടുത്തു. അസമത്വത്തിന്റെയും അന്ധവിശ്വാസത്തിന്റെയും ശവക്കല്ലറകളെ നമുക്കു പൊളിച്ചുകള യണം. അതേ, അമ്പലങ്ങളുടെ മോന്തായങ്ങൾക്കു തീവയ്ക്കണം.

അമ്പലങ്ങൾക്കു തീവയ്ക്കുകയോ? പല ഹൃദയങ്ങളിലും ഒരു കത്തി ക്കാളൽ ഉണ്ടായേക്കും. ഇതിനു മറ്റാരുമല്ലാ നമ്മുടെ മതഭ്രാന്തതന്നെ യാണ് ഉത്തരവാദി.

ഹരിജനങ്ങളെ നാം മൃഗങ്ങളാണെന്നു വിചാരിക്കുന്നു. ഒരു കരിങ്ക ല്ലിനെ നാം ദേവനാണെന്നു കരുതുന്നു. ഈ വ്യസനകരമായ വിശ്വാ സത്തെ മതഭ്രാന്തിനെ കൈവെടിഞ്ഞേ കഴിയൂ. എന്റെ സഹോദരീ സഹോദരന്മാരേ, നമുക്കു കരിങ്കല്ലിനെ കരിങ്കല്ലായിത്തന്നെ കരുതുക. മനുഷ്യനെ മനുഷ്യനായും.

ഇനിയും ആ അന്ധവിശ്വാസത്തിന്റെ ചുറ്റും കണ്ണുകെട്ടി ശയനപ്ര ദക്ഷിണം വയ്ക്കാതെ, ഈ മതഭ്രാന്തിനെ പൂജിക്കാതെ, വങ്കത്തങ്ങളെ പുറത്തേക്കെഴുന്നള്ളിക്കാതെ നമുക്കു ജീവിക്കുക. ഞാൻ എല്ലാവരോ ടും ഊന്നിപ്പറയുന്നു, അമ്പലങ്ങൾക്കു തീ വയ്ക്കുക എന്നുവച്ച് ആരും വ്യസനിക്കുകയും പേടിക്കുകയും വേണ്ട.

'ഞാനൊരു ശാന്തിക്കാരനായിരുന്നെങ്കിൽ വച്ചകഴിഞ്ഞ നിവേദ്യം വിശന്നുവലയുന്ന കേരളത്തിലെ പാവങ്ങൾക്കു വിളമ്പിക്കൊടുക്കും. ദേവന്റെ മേൽ ചാർത്തിക്കഴിഞ്ഞ പട്ടുതിരുവ്വടയാട അർധനഗ്നരായ പാവങ്ങളുടെ അരമറയ്ക്കാൻ ചീന്തിക്കൊടുക്കും. പുകഞ്ഞുതുടങ്ങിയ ധൂപം അമ്പലത്തില്ലുള്ള പെരുച്ചാഴികളെനമ്പൂതിരി, പട്ടർ തുടങ്ങിയ വർഗങ്ങളെ പുറത്തോടിച്ച കളയുവാനാണ് ഉപയോഗിക്കുക. കത്തിച്ചവച്ച കെടാവിളക്കാകട്ടെ നമ്മുടെ വിഡ്ഢിത്തത്തിന്റെ കറുത്ത മുഖത്തെ വീണ്ടും തെളിയിച്ചുകാണിക്കുവാനല്ലാ, അതിന്റെ തല തീക്കത്തിക്കുവാനാണ് ഞാൻ ശ്രമിക്കുക. അത്ര വെറുപ്പുതോന്നുന്നു എനിക്ക് അമ്പലങ്ങളോട്. നമുക്ക് അനാചാരങ്ങളെ കെട്ടുകെട്ടായി നശിപ്പിച്ചുകളയുവാൻ ഒരു എളുപ്പമാർഗമുണ്ട്. അതാണ് അമ്പലങ്ങൾക്കു തീവയ്ക്കുക'.

(ഉണ്ണിനമ്പൂതിരി, 1933 ഏപ്രിൽ 28)

●